# अपयशामधली गुंतवणूक

पतनकालः, वस्तुतः क्षितिजात् परं किमपि,
प्राप्तुं प्रशिक्षणम् ।

## अमोल प्रकाश उजागरे

माझ्या स्वर्गीय आजी-आजोबांना समर्पित
(चंद्रकांत उजागरे, शालिनी उजागरे)

# अनुक्रमणिका

# समर्पण

मित्र स्वर्गीय स्वप्नील साळवे

# प्रस्तावना

आपण नेहमी ऐकतो की मोठी यशे फक्त महान लोकांसाठी असतात. आणि आपण विचार करतो, "मी हे करू शकणार नाही." परंतु मी तुम्हाला एक वेगळी कहाणी सांगायला आलो आहे. या पुस्तकात, मी माझा प्रवास आणि एक शक्तिशाली सत्य सांगणार आहे. जर कोणी हार मानली नाही तर तो कोणताही आश्चर्यकारक गोष्ट साध्य करू शकतो.

जेव्हा तुम्हाला समस्या येतात किंवा स्वतःबद्दल शंका येते, तेव्हा आत्मविश्वास गमावू नका. प्रत्येक आव्हान हे शिकण्याची आणि वाढण्याची संधी असते. नवीन गोष्टींची भीती बाळगू नका. तुमच्या योजना काम करतील की नाही याबद्दल निश्चित नसले तरी ते ठीक आहे. पहिलं पाऊल नेहमीच काहीही न करण्यापेक्षा चांगलं असतं. तुम्हाला एखादी गोष्ट तुमच्यासाठी काम करते की नाही हे जाणून घेण्यासाठी तुम्हाला ते आधी करून पाहणं गरजेचं आहे.

हे पुस्तक केवळ एक कथा नाही. हे एक ज्ञानस्रोत आहे. वाचताना, तुम्ही शिकलेल्या गोष्टी तुमच्या जीवनात कशा वापरू शकता याचा विचार करा. माझ्या वाट्याला देखील अपयश आणि शंका आल्या आहेत, अगदी तुमच्यासारख्या. परंतु मी शिकलो आहे की या अडचणींमुळे अनेकदा काहीतरी चांगलेच घडते. अपयश याचा अर्थ तुमच्यात जाहीतारी कमी आहे अस नाही; ते एक मार्ग आहे सुधारण्याचा.

तुम्ही स्वतःसाठी मोठ्या ध्येयांची पूर्तता करा, केवळ पैसा कमावण्यासाठी नव्हे, तुमचं यश चांगल्या कामांसाठी वापरणं महत्त्वाचं आहे. वेळ मर्यादित आहे, आणि तुमचा जन्माचा एक उद्देश आहे. तो उद्देश शोधा, आणि तुमच्या जबाबदाऱ्या पूर्ण केल्यानंतर, जगासाठी काहीतरी चांगलं करा.

हे पुस्तक तुम्हाला समजून देणारं आहे की जरी गोष्टी बिघडल्या तरी तुम्ही अधिक शक्तिशाली बनू शकता. तुम्ही मोठ्या ध्येयांची पूर्तता करू शकता, अनिश्चिततेला तोंड देऊ शकता, आणि नवनिर्माण करू शकता. मी आशा करतो की हे पुस्तक तुमच्या वैयक्तिक वाढ, उद्देश, आणि तुमचं सामर्थ्य समजून घेण्यात तुम्हाला मदत करेल.

# आभार

"अपयशामधली गुंतवणूक" या पुस्तकाचे लेखन हे माझ्यासाठी, प्रेम आणि समर्पणाने केलेले काम आहे आणि या प्रवासात मला समर्थन आणि प्रेरणा देणाऱ्या सर्वांचे मी मनःपूर्वक आभार मानतो.

सर्वप्रथम, मी माझ्या आई-वडिलांचे, अश्विनी उजागरे (आई) आणि प्रकाश उजागरे (वडील), यांचे मनःपूर्वक आभार मानतो ज्यांनी माझ्यात कठोर परिश्रम, चिकाटी, आणि शिक्षणाचे महत्त्व या मूल्यांची रुजवात केली. तुमचे अखंड समर्थन आणि प्रोत्साहन हे माझ्या मार्गदर्शनाचे दीपस्तंभ राहिले आहेत.

माझ्या भावंडांना, राहुल उजागरे आणि रोहित उजागरे, यांच्याबद्दल मी माझे प्रेम आणि कृतज्ञता व्यक्त करतो. तुमचे सदैव समर्थन आणि सतत प्रेरणा देणे मला अमूल्य आहे.

नितीन सरांचे मी ऋणी आहे, कारण त्यांच्या अखंड नैतिक समर्थनामुळे मला नेहमीच बळ आणि प्रोत्साहन मिळाले आहे. तुमची उपस्थिती माझ्या जीवनात एक आशीर्वाद आहे.

माझ्या प्रिय पत्नी, वैशाली, हिचे मी मनःपूर्वक आभार मानतो. तुझे अखंड समर्थन आणि समजूतदारपणा हे माझ्यासाठी आधारस्तंभ राहिले आहेत.

माझ्या सर्व शाळा आणि महाविद्यालयाच्या शिक्षकांचे मी मनःपूर्वक आभार मानतो, ज्यांनी माझ्या शैक्षणिक प्रवासात योगदान दिले आहे. तुमचे विद्यार्थ्यांना घडविण्याचे समर्पण स्तुत्य आहे आणि याने माझ्यावर चिरस्थायी प्रभाव टाकला आहे.

माझे प्रशिक्षक स्नेह देसाई सर यांचे मी आभार मानतो, ज्यांच्या ज्ञानाने आणि अंतर्दृष्टीने माझ्या वैयक्तिक वाढ आणि विकासात महत्त्वपूर्ण भूमिका बजावली आहे. तुमच्या शिकवणीने मला बदल घडवला आहे.

लेखक प्रशिक्षक कैलास पिंजाणी यांचेही मी आभार मानतो, ज्यांच्या मार्गदर्शनाने आणि मार्गदर्शनाने मला माझे विचार आणि कल्पना सुधारण्यास मदत केली आहे.

माझ्या आध्यात्मिक प्रशिक्षक अवनी मॅडम यांचे मी मनःपूर्वक आभार मानतो, ज्यांनी मला आत्मशोध आणि अंतर्गत वाढीच्या दिशेने मार्गदर्शन केले. तुमच्या ज्ञानाने माझ्या जीवन प्रवासात प्रकाश टाकला आहे.

माझ्या आरोग्य प्रशिक्षक शिवानी देसाई यांचे मी आभार मानतो, ज्यांच्या मार्गदर्शनाने मला माझे शारीरिक आणि मानसिक स्वास्थ्य टिकवण्यास मदत केली आहे.

माझ्या संवाद आणि व्यक्तिमत्त्व प्रशिक्षक नक्षत्र सर यांचे मी विशेष आभार मानतो, ज्यांनी मला माझ्या कौशल्यांचा विकास करण्यास आणि एक मजबूत व्यक्तिमत्त्व घडवण्यास मदत केली आहे.

शेवटी, मी सर्वांचे आभार मानतो ज्यांनी या पुस्तकाच्या निर्मितीमध्ये आणि माझ्या वैयक्तिक आणि व्यावसायिक वाढीमध्ये भूमिका बजावली आहे. तुमचे समर्थन, प्रोत्साहन, आणि माझ्यावर विश्वास ठेवणे हे अमूल्य आहे.

या सर्व व्यक्तींच्या सामूहिक समर्थन आणि प्रेरणाशिवाय हे पुस्तक शक्य झाले नसते. प्रत्येकासाठी मी खरोखर आभारी आहे.

मनःपूर्वक कृतज्ञतेसह,

अमोल प्रकाश उजागरे

# लेखक बद्दल

नमस्कार, माझे नाव अमोल उजागरे आहे . मी पुणे इन्स्टिट्यूट ऑफ कम्प्युटर टेक्नॉलॉजी (PICT) मध्ये माहिती तंत्रज्ञानाचा अभ्यास केला आहे आणि सॉफ्टवेअर उद्योगात ७ पेक्षा जास्त वर्षे काम केले आहे. सध्या, मी लोकांना सॉफ्टवेअर टेस्टिंग ऑटोमेशन बद्दल शिकवतो.

माझ्या करिअरची सुरुवात जावा मध्ये संगणक प्रोग्राम लिहिण्यापासून झाली, परंतु नंतर मी सॉफ्टवेअर टेस्टिंग कडे वळलो. कोड लिहिण्यापासून ते टेस्टिंग पर्यंत प्रवास असूनही, मला अजूनही कोडींग खूप आवडते.

शाळेतून आजपर्यंतच्या प्रवासात, मी अनेक कठीण परिस्थितीतुन गेले आहे आणि अनेक चुका केल्या आहेत. मागे पाहताना, मला जाणवते की या चुका मला महत्त्वाचे धडे देऊन गेल्या आणि मला अधिक मजबूत बनवले . माझ्या कॉलेजच्या HOD नी एकदा सांगितले होते, शाळेत किंवा कॉलेजमध्ये , तुम्ही आधी शिकता आणि नंतर परीक्षा देता, पण आयुष्यात, तुम्हाला आधी परीक्षा द्यावी लागते आणि त्यातून शिकायला मिळते.

मी एकदा एक प्रेरणादायी व्याख्यान ऐकले होते जिथे मला एक शक्तिशाली गोष्ट समजली. ती आपल्या जीवनातील उद्देश शोधण्याबद्दल आहे. कल्पना अशी आहे की प्रत्येकाला या जगात निसर्गाने कुठल्यातरी उद्देशासाठी पाठवले आहे , आणि जर तुम्हाला तुमचा उद्देश अजून सापडला नसेल, तर तुमच्या जीवनाच्या उद्देशाला शोधणे हाच तुच्या जीवनाचं उद्देश असला पाहिजे .

# 1

# एक इंटरव्ह्यू कॉल

"ठीक आहे तुम्ही जाऊ शकता .आम्ही कळवतो तुम्हाला ."

जर तुम्ही इंटरव्ह्यू देण्याच्या प्रक्रियेत असाल तर तुम्ही हे वाक्य अनेकदा ऐकले असेल. तुमची कौशल्ये आणि अपेक्षा आमच्या गरजांशी जुळत नाहीत त्यामुळे, आम्ही तुम्हाला हे काम देऊ शकत नाही, हे तुम्हाला सांगण्याचा मुलाखतकाराचा हा विनम्र मार्ग आहे.

वरील वाक्य मी कित्येकदा ऐकले आहे . जेव्हा मी इंजिनीरिंगच्या शेवटच्या वर्षी काही कॅम्पस इंटरव्ह्यूचा देण्याचा प्रयत्न केला तेव्हा आणि पदवी मिळाल्यानंतर माझे म्हणजेच माझे इंजिनीरिंग चे अंतिम वर्ष पूर्ण केल्यानंतरही जेव्हा जेव्हा मी इंटरव्ह्यू देण्यासाठी गेलो , वरील वाक्य मी अनेकदा ऐकले .

मला आठवते की मी माझे अभियांत्रिकी कसे पूर्ण केले . कोणतीही कंपनी अशा फ्रेशरला प्राधान्य देत नव्हती . पदवी पूर्ण झाल्यानंतर अथक परिश्रमातून मी एक नोकरी मिळवण्यात यशस्वी झालो, तरी मी तिथे दोन महिन्यांपेक्षा जास्त टिकू शकलो नाही. आणि यानंतर, मला नोकरीची खूप गरज होती. नोकरीचे अनेक नकार मला वारंवार खचवत होते. तेव्हा मला एक मुलाखतीचा कॉल आला.

पण तो एक दिवस माझ्यासाठी एका दुःस्वप्नापेक्षा जास्त मोठा ठरला . त्या दिवशी इंटरव्ह्यू तर होताच . पण त्यादिवशी काहीतरी असामान्य घडलं.

आणि मुलाखतीच्या दिवशी सकाळी लवकर मी तयारी केली मी मुलाखतीसाठी तयार झालो, माझी बाईक घेतली आणि कंपनीत पोहोचलो.

मुलाखतीसाठी खूप लोक आले होते. सुरक्षा तपासणीला रांग लागली होती; सुरक्षा स्थळी मुलाखतीचे कॉल लेटर तपासले आणि आम्हाला आत पाठवले. मुलाखत दुसऱ्या मजल्यावर होती. तिथे गेल्यावर मला लेखी परीक्षेसाठी

प्रश्नपत्रिका मिळाली. सुमारे 1 तासानंतर, चाचणी पूर्ण झाली आणि मला त्यात माझी निवड झाली . त्या नंतर २ राऊंड होते. दिवसभर चाललेल्या मुलाखतीच्या अनेक फेऱ्यांनंतर, एका मुलाखतकाराने मला सांगितले की "ठीक आहे तुम्ही जाऊ शकता .आम्ही कळवतो तुम्हाला ."

मला कळाले आपले या इंटरव्यू मध्ये सिलेक्शन होत नाहीये. मी खिन्न मनाने परत निघालो. पार्किंग मध्ये गाडी होती. मी गाडी स्टार्ट करायला गेलो तेव्हा माझ्या लक्षात आले की टायर पंचर आहे. सुदैवाने जवळच एक दुकान होते मी गाडी ढकलत ढकलत तिथपर्यंत नेली. तिथे पंक्चर काढणाऱ्या माणसाने सांगितले टायर नुसतेच पंक्चर नाही मात्र मला अनेक पॅचेस लावावे लागतील. त्यासाठी सुमारे ६०० रुपये खर्च येणार होता. मला पर्याय नव्हता मी त्याला ते करायला सांगितले. ज्यावेळेस गाडी व्यवस्थित झाली , मी ती घेऊन परत घरी निघालो. पण अर्ध्या रस्त्यातच पेट्रोल संपले. दूर पर्यंत पेट्रोल पंप नव्हता. सुमारे पाच ते दहा किलोमीटर मी गाडी ढकलत ढकलत नेली आणि मग पेट्रोल पंप दिसले.

जेव्हा मी गाडी ढकला ढकलत पुढे चाललो होतो तेव्हा मला माझे पूर्ण आयुष्य आठवले. एकेकाळी चांगला नंतर सामान्य आणि नंतर अगदीच मी असा कसा झालो. का मला नोकरी मिळू शकत नव्हती का माझ्याकडून हवी तशी तयारी होत नव्हती .आयुष्यात मला यश मिळणार तरी आहे का. या जगाच्या निर्मात्याने माझ्या नशिबात निदान काहीतरी लिहिलेले आहे का या सगळ्या विचारांनी मी चिंतित झालो होतो. शाळेत असल्यापासून ज्युनियर कॉलेज मग सीनियर कॉलेज यादरम्यान अनेक यश अपयशांचा मी सामना केला होता. मात्र इथे मला मार्ग दिसत नव्हता. माझ्या डोळ्यातून अश्रू वाहू लागले आणि चालता चालता मी माझ्या भूतकाळात गेलो.

# 2

# पालक

माझे वडील श्रीगोंदा तालुक्यातील कोळगाव नावाच्या ठिकाणी लहानाचे मोठे झाले आणि त्यांचे बालपण खरोखरच खडतर गेले. त्यांना कसं कष्ट करावं लागलं याच्या गोष्टी ते आम्हाला सांगत असे. मग ते अंधारात मेणबत्ती लावून अभ्यास करणे असेल किंवा कपडे इस्त्री केलेले दिसण्यासाठी झोपायच्या आधी आपला गणवेशास पलंगाखाली कसे ठेवणे असेल . अनेक सुविधांपासून अलिप्त असूनदेखील त्यांनी खूप मेहनत घेतली.

माझे आजोबा एका सरकारी रुग्णालयात पुरुष परिचारिक म्हणून काम करायचे आणि माझ्या आजी गृहिणी होती . त्यांना चार मुले होती - तीन मुले आणि एक मुलगी. माझे वडील सर्वात मोठे होते. आव्हाने आणि गरिबीवर मात करण्यासाठी शिक्षण ही गुरुकिल्ली आहे, हे त्यांच्या लहानपणापासूनच लक्षात आले. म्हणून, त्यांनी कठोर परिश्रम केले आणि चांगला अभ्यास केला . दहावीत उत्कृष्ट मार्क मिळवल्या नंतर त्यांनी पुण्याच्या वाडिया कॉलेज मध्ये सिव्हिल इंजिनीअरिंगचा डिप्लोमा केला आणि PWD मध्ये नोकरी मिळवली. माझी आई सुद्धा एका मध्यमवर्गीय कुटुंबातून आली होती.

माझ्या आईने घराचे व्यवस्थापन अतिशय चोखपणे सांभाळले होते , वडील सरकारी नोकरीला होते पण आर्थिक आव्हाने तेव्हाही होती . माझी आई प्रत्येक प्रसंगामध्ये खंबीरपणे वडिलांसोबत उभी होती

आज मी जो काही आहे तो माझ्या आई-वडिलांमुळेच आहे. सर्वांचीच आई शक्यतो मायाळू असते , तर वडील सहसा कठोर असतात आणि त्यांच्या मुलांनी शिस्तबद्ध व्हावे, कठोर अभ्यास करावा आणि चांगली नोकरी करावी अशी त्यांची इच्छा असते. माझ्या वडिलांनी नेहमी शिक्षणाच्या महत्त्वावर आणि आम्हाला

चांगले गुण मिळावेत यावर भर दिला .

मला आठवते की, अनेक कौटुंबिक कार्यक्रमात माझ्या वडिलांची अनुपस्थिती असायची कारण ते नेहमी कामात व्यस्त होते. आता मी सुद्धा काम करत आहे, आणि मी समजू शकतो कि तुम्ही तरुण आणि उर्जेने परिपूर्ण असताना कठोर परिश्रम करणे किती महत्त्वाचे आहे. माझे वडील आता निवृत्त झाले आहेत, पण ते त्याच उत्साहाने स्वतःचा कारखाना चालवतात.

माझ्या वडिलांना आपल्या मालकीचे घर असावे से नेहमी वाटायचे .मी इयत्ता सातवीत होईपर्यंत आम्ही कधी भाड्याच्या घरात किंवा कधी सरकारी क्वार्टरमध्ये राहायचो. पण 1995 मध्ये माझ्या वडिलांनी एक जमीन विकत घेतली आणि आमचे घर बांधायला सुरुवात केली. आर्थिकदृष्ट्या आमच्यासाठी हा एक आव्हानात्मक काळ होता.

माझ्या वडिलांचे स्वप्न पूर्ण झाले जेव्हा त्यांनी अवघ्या २-३ वर्षांत आमचे घर बांधले. त्यांनी माझ्यासाठी शांततेत अभ्यास करण्यासाठी एक खास खोलीही बनवली. या प्रवासाबद्दल मी पुढील प्रकरणामध्ये आता विस्ताराने सांगतो

# 3

# प्राथमिक शाळा (राजूर)

मला आज पाच वर्षांची मुलगी आहे. ती जन्मली तेव्हा आम्ही तिचे अनंत फोटो आणि व्हिडिओ कॅप्चर केले. जसजशी ती मोठी होते आहे, आम्ही हे फोटो आणि व्हिडिओ तिला दाखवायचे ठरवले आहे कारण हे तिला तिच्या लहानपणीच्या विविध क्षणांची आठवण करून देण्यासाठी उपयुक्त ठरतील. मोबाईल फोनच्या सोयीमुळे हे शक्य झाले आहे, ज्यामुळे आम्ही पटकन फोटो काढू शकतो. परंतु सुमारे ३५ वर्षांपूर्वी हे तसे नव्हते. सतत फोटो आणि व्हिडिओ काढणारे मोबाईल फोन किंवा कॅमेरे आमच्याकडे नव्हते.

तरीही, माझ्या वडिलांकडे एक कॅमेरा होता, आणि हे मला माहित आहे कारण मला त्या काळातील माझ्या बालपणीचे काही फोटो सापडले आहेत. वास्तववादी पाहता, मला केवळ बालवाडीला जाण्या पासूनचे आठवते . सध्याच्या काळात मुले ज्युनियर केजी, सीनियर केजी, आणि मग पहिल्या आणि दुसऱ्या इयत्तेत जातात. मला बालवाडी अगोदरच्या टप्प्यांची मला जास्त आठवण नाही, परंतु मला बालवाडीला गेल्या नंतरचे सगळे आठवते . माझ्या आईवडिलांनी मला पहिल्या इयत्तेत जाण्यापूर्वी सुमारे दोन वर्ष आधी बालवाडीत पाठवले होते. सुरुवातीला त्यांनी मला पहिल्या इयत्तेत दोनदा बसवण्याचा विचार केला, पण माझ्या शिक्षकांनी ते गरजेचे नसल्याचे सांगितले कारण माझा अभ्यास अत्यंत चांगला होता . मी माझ्या वर्गात पहिला क्रमांक मिळवला होता. तिथून, मी दुसऱ्या इयत्तेतही चांगले मार्क्स मिळवले . माझ्या वडिलांच्या सरकारी क्वार्टरमध्ये आम्ही राहत होतो, जे मला अजूनही स्वर्गासारखे वाटते. सामान्यतः सरकारी क्वार्टरमध्ये घरे एकमेकांपासून काही अंतरावर असतात, पण या ठिकाणी अनेक घरे आणि मध्ये एक अतिथिगृह होते. कधी कधी माझे वडील तिथे काम करायचे,

आणि मी चांगले मित्र बनवले जे माझ्याच शाळेत जात असत. आम्ही त्या परिसरात खेळायचो, जिथे नैसर्गिकरित्या वाढलेले बाग होते. बागेची देखभाल चांगली केली जात नव्हती, पण तरीही ती आकर्षक होती. माझे वडील सार्वजनिक बांधकाम विभागात (PWD) काम करत असल्यामुळे आम्हाला PWD च्या ट्रक्स, टँकर्स, आणि काही मोठ्या पाईप्स पाहायला मिळत.

त्या परिसरात खेळणे अत्यंत आनंददायी होते, विशेषतः लपाछपी आणि पाईप्सवर उड्या मारणे यांसारखे खेळ. मी तिथे बराच वेळ घालवायचो, ज्यामुळे मला खूप आनंद मिळायचा. तो खरोखरच माझ्यासाठी स्वर्गासारखा काळ आणि ठिकाण होते. मला अजूनही एक स्वप्न स्पष्टपणे आठवते, आणि मला त्या स्वप्नात कायम राहावे असे वाटते, कधीच संपू नये असे. त्या स्वप्नात, मी एकटा त्या परिसरात होतो, जिथे फुलांनी सजलेली झाडे होती. मी काही देवदूतांना देखील पाहिले. हे शब्दांत सांगणे कठीण आहे, पण माझ्या शरीरात एक अवर्णनीय भावना होती. मी कधीच त्या स्वप्नातून जागा होऊ इच्छित नव्हतो कारण ते स्वर्गासारखे वाटत होते.

कधीकधी, शाळेत जाण्याआधी, मी घराभोवती एकटाच खेळायचो. मी इथे-तिथे उड्या मारायचो, आणि तिथे एक झाड होते ज्यावर मला चढायला खूप आवडायचे. मी तिथे बसून माझी कल्पना मांडायचो. एका दिवशी, मला टेप रेकॉर्डर पाहताना एक विचार आला. जेव्हा मी माझे डोळे स्पीकरच्या जवळ आणले, जितके जवळ गेलो, तितका आवाज जास्त झाला. मी कल्पना केली की गाणारी टेपरेकॉर्डरच्या लोक आत आहेत. मी प्लान केला की कधीतरी, मी टीव्ही वायर टेप रेकॉर्डरच्या वायरला जोडेन आणि पाहीन की ते गाणारे लोक टीव्हीवर दिसतात का. दुर्दैवाने, मला ते करण्याची संधी किंवा धाडस कधीच मिळाले नाही.

२-३ वर्षांनंतर, माझ्या वडिलांचे अहमदनगर जिल्ह्यातील पाथर्डी नावाच्या दुसऱ्या शहरात बदली झाली. आम्ही तिथे जाण्याचे ठरवले आणि आमच्या जुन्या घराला अलविदा केले. लहानपणी, मला ठिकाण सोडून जाण्याची आणि निरोप घेण्याची भावना पूर्णपणे समजली नाही. तथापि, मला आठवते की माझ्या आईने शेजाऱ्यांना निरोप देताना डोळ्यात पाणी आणले होते. तो एक महत्त्वपूर्ण बदलाव होता कारण आम्ही ते ठिकाण मागे सोडले आणि एका नव्या ठिकाणी नव्या प्रवासाला निघालो.

# 4

# प्राथमिक शाळा (पाथर्डी)

प्रत्येक सुटीला मी माझ्या आजी-आजोबांच्या घरी जायचो आणि या सुटीनंतर आणि आजी-आजोबांच्या घरी खूप मजा केल्यावर मला कळले की आम्ही आता नवीन गावात स्तलांतरित होत आहोत. त्यामुळे आम्ही तिथे गेलो आमचं सामान भाड्याच्या घरात हलवलं तिथे मालक आमच्या शेजारी राहत होते आणि ते एक छान ठिकाण होतं, सुंदर बाग, काही फळांची झाडं, काही फुलांची झाडं होती, तुम्ही त्याला एक छोटं फार्महाऊस मानू शकता. त्या वसाहतीत प्रत्येक घर असं होतं. आम्ही गावात आणि शाळेत नवीन होतो. ज्या ठिकाणाहून आम्ही सुरुवातीला राहत होतो तिथून माझी आई मला आणि माझ्या भावाला सोबत आणायची. नंतर आम्हाला शाळेपासून घरी जाण्याचा रस्ता लक्षात आला तेव्हा आम्ही आईशिवाय जायला लागलो. मला आठवतं की मी तिसरीत होतो आणि माझा भाऊ होता. आणि आम्ही चुकून चुकीचा वळण घेतलं आणि चालत राहिलो आणि आम्हाला परत येण्यासाठी लागणारं वळण सापडलं नाही. काही लोक तिथे खेळताना दिसले आणि मला त्या ठिकाणांची नावं माहीत नव्हती. मला फक्त माहित होतं की मी १२ बंगल्यांच्या जवळ राहतो. मी तिथे खेळणाऱ्या लोकांना विचारलं. आणि एक व्यक्ती खूप चांगला होता, त्याला समजलं की आम्ही घाबरलेली स्थितीत आहोत आणि शाळेपासून दूर आहोत, आम्हाला घरी कसं जायचं हे माहित नव्हतं. त्याने आम्हाला मार्गदर्शन केलं, की या दिशेने परत जा आणि तुम्हाला रस्ता सापडेल. आणि देवाच्या कृपेने आम्ही चालायला लागलो आणि आम्हाला रस्ता सापडला. जेव्हा आम्ही घरी पोहोचलो तेव्हा आम्ही दोघे रडायला लागलो की आम्ही हरवलेलो होतो आणि त्यानंतर पुढच्या वेळी माझी आई शाळेत आली आणि आमच्या वर्ग शिक्षिकेला भेटली. माझ्या वर्ग शिक्षिका मॅडमने एका

विद्यार्थ्याला ओळख करून दिली आणि सांगितले की तो तुमच्या घराजवळच आहे त्यामुळे येताना आणि जाताना त्याच्यासोबत रहा हे उपयुक्त ठरेल. तो सुधीर होता, आणि मला माझ्या वर्गात एक नवीन मित्र मिळाला. सुधीर खूप हुशार विद्यार्थी होता आणि चांगला मुलगा होता. सुधीरच्या माध्यमातून मला आणखी एका व्यक्तीशी मैत्री झाली ती म्हणजे महेश. हळूहळू, मला संपूर्ण वर्गाशी परिचय झाला.

आमच्या कॉलनीत मला काही नवीन मित्र मिळाले. मी क्रिकेट आणि काही इतर बाहेरचे खेळ खेळायचो. खेळायला खूप जागा होती. आमच्या घराजवळ डोंगर होते कधी कधी मित्रांसोबत आम्ही तिथे जायचो. आमचा आवडता खेळ गोट्या होता. माझ्याकडे खूप गोट्या असायच्या होते.

माझी शाळा जिल्हा परिषद शाळा होती. तिथे एक उपक्रम होता. काही डी.एड. कॉलेजचे विद्यार्थी आमच्याकडे सुमारे एक आठवडा शिकवायला यायचे तेव्हा आमचे शिक्षक सुट्टीवर असायचे. ती खरी सुट्टी होती का? मला माहित नाही, पण आम्ही त्या आठवड्याचा आनंद घेतला. सुमारे ३ ते ४ शिक्षक प्रत्यक्षात डी.एड. कॉलेजमधून आले होते आणि आमच्या संपूर्ण वर्गात हजेरी लावत होते. तिथे एक उपक्रम होता. आम्ही आमच्या वर्गात एक प्रकल्प तयार केला. आम्ही एका वर्गातच एक छोटे शेत तयार केले आणि मातीच्या आधुनिक मडक्यांपासून काहीतरी बनवले आणि तिथे काही धन्य मातीत लावले . तुम्हाला माहित आहे की आजकाल लोक/मुलं दिवाळी सणात किल्ला तयार करण्याच्या डिझाइनमध्ये काहीतरी सर्जनशीलता दाखवतात. आम्ही शाळेत त्याचा आनंद घेतला. कधीकधी, आमच्या शिक्षकांच्या मूडमध्ये असल्यास, ते आम्हाला गोष्ट सांगायला सांगायचे , आणि मी काही पुस्तके जसे की चंपक आणि चांदोबा वाचायचो, तसेच मी माझ्या आजी-आजोबांकडून ऐकलेल्या काही कथा किंवा आम्हाला माहित असलेल्या कोणत्याही गोष्टी आम्ही वर्गात सांगायचो. आम्ही सांगितलेल्या गोष्टींमधून काही बोध घेता येतो का हे आमचे शिक्षक विचारायचे . मी आणि माझे वर्गमित्र त्यात सहभागी व्हायचो आणि वेगवेगळ्या गोष्टी सांगायचो. मी शिष्यवृत्ती परीक्षेत सहभागी झालो, आणि आमच्या शाळेत काही अतिरिक्त वर्ग घेतले गेले. आम्हाला काही पुस्तके दिली गेली. ती छोटी पुस्तके होती . जिथे आमच्यासाठी काही प्रश्न असायचे. एक विषय होता, बुद्धीमत्ता आणि एक प्रश्न होता: जर तुम्ही रस्त्यावर पडलेली व्यक्ती पाहिली तर तुम्हाला काय वाटेल? चार पर्याय होते: पहिला, मजा; दुसरा, वेदना; तिसरा, काहीच वाटत नाही; आणि चौथा, राग. मी पहिला पर्याय निवडला, जो मजा होता. जेव्हा माझ्या

वडिलांनी ते पाहिले तेव्हा त्यांनी मला दुरुस्त केले. या प्रश्नाचे उत्तर मजा नसावे. ते वेदना असावे, असे ते हसून म्हणाले.

जेव्हा मी चौथ्या इयत्तेत होतो, तेव्हा आम्हाला केबल टीव्ही मिळाला, ज्यामुळे शो आणि चित्रपटांचा एक नवीन जग उघडला. सर्व चॅनेलपैकी, झी टीव्ही माझा आवडता झाला. त्यावर "दिललगी," "बनेगी अपनी बात," आणि "कॅम्पस" सारख्या मालिका होत्या ज्या मला खूप आवडायच्या. हे शो मला कथांमध्ये आणि पात्रांमध्ये गुंतवून ठेवण्यात खूप चांगले होते. मी ते दररोज बघायचो, जे माझ्या दिनचर्येचा एक मोठा भाग बनला.

झी टीव्हीवर गाणी आणि चित्रपट देखील लागायचे, ज्यामुळे माझा वेळ आणखी छान व्हायचा. गाणी आणि चित्रपटांच्या कथांनी मला वेगळ्या जगात असल्यासारखे वाटायचे. मी तासन्तास सर्व रोमांचक गोष्टी पाहण्यात घालवू शकतो.

पण त्या वर्षी गोष्टी बदलल्या. जरी मला टीव्ही बघण्यात खूप मजा येत होती, तरी माझे शालेय गुण खूप चांगले नव्हते. चांगल्या हायस्कूलमध्ये प्रवेश मिळवणे कठीण होईल असे निघाले. मला खूप थोड्या जागांसाठी अनेक इतर विद्यार्थ्यांशी स्पर्धा करावी लागणार होती.

मागे वळून पाहता, माझे टीव्हीचे प्रेम आणि शालेय जीवन अनपेक्षितपणे एकत्र कसे आले हे मजेदार आहे. त्या टीव्ही शो पाहण्याने माझ्या नकळत माझ्या अभ्यासाकडून माझे लक्ष विचलित झाले होते आणि त्या वर्षी माझा निकाल चांगला नव्हता.

ते दिवस साधे होते पण उत्साह, कुतूहल, दिलासा आणि कृतज्ञतेने भरलेले होते. त्या काळात बनवलेल्या आठवणी आणि मला मिळालेल्या आनंदामुळे माझ्या आयुष्याचा एक महत्त्वाचा भाग बनला.

# 5

# माध्यमिक शाळा (अहमदनगर)

मी सुट्टीत कोळगावमध्ये माझ्या आजी-आजोबांना भेटायला गेलो होतो. मी खूप खेळलो आणि माझ्या आवडत्या चंपक आणि चांदोबा सारख्या पुस्तकांचे वाचन केले, तसेच बस स्टॉपवर २ रुपयांना मिळणाऱ्या स्वस्त कॉमिक्सही वाचल्या. त्या सुट्ट्या गोष्टींनी भरलेल्या होत्या. या सुट्टीत, मला एक इंग्रजी शिक्षक क्लास घेत असल्याचे कळले, मी तो क्लास लावला . नंतर, माझ्या वडिलांनी कोळगावमध्ये ते ज्या शाळेत शिक्षण घेतले त्याच शाळेत माझे ॲडमिशन घेण्याचा विचार केला. मात्र सुट्टीचा आनंद घेत असताना, मला वाटायला लागलं की मी नको या शाळेत प्रवेश घ्यायला . माझे वडील मला दूर ठेवण्याबद्दल चिंतित होते आणि या नवीन ठिकाणी मी जुळवून घेऊ शकेन की नाही याबद्दल अनिश्चित होते. अखेर, त्यांनी हा विचार सोडून दिला कारण त्यांची अहमदनगरमध्ये बदली झाली . त्यांचे माझ्या छोट्या भावाला आणि माझ्या ॲडमिशन साठी नगर शहरात त्यांचे प्रयत्न चालू झाले , परंतु आमचे गुण चांगले नसल्यामुळे चांगल्या शाळेत प्रवेश मिळवणे कठीण होते. बऱ्याच प्रयत्नांनंतर, माझ्या वडिलांनी आम्हा दोघांना श्री समर्थ विद्या मंदिर प्रशाला , मराठी माध्यम शाळेत प्रवेश मिळवून दिला. मी ५ वी च्या वर्गात आणि माझा भाऊ ३ री च्या वर्गात दाखल झालो. आम्ही अहमदनगरला आलो तर होतो पण शहरात राहण्याचा आमचा पहिलाच अनुभव होता. सर्व काही नवीन होते - शिक्षक, विद्यार्थी आणि मी बनवलेले मित्र सुद्धा.

मला खूप कंटाळा यायला लागला असं वाटायचं कि मी कोळगावला असायला हवं होतं, तिथे मला जास्त स्वातंत्र्य आणि आराम होता. एके दिवशी मी ठरवलं कि कोणाला न सांगता एस टी ने कोळगावला जायचे . आणि तिथे जाऊन सांगायचे कि मला नगरला नको कोळगावलाच राहायचे आहे. मी ठरवले कि शाळेत चाललो आहे असे सांगायचे आणि रिक्षा पकडून बस स्टॅन्ड वर जायचे . मी निघालो होतो पण एक गडबड झाली, माझ्या एका मित्राचे मामा त्याला घेऊन शाळेत चालले होते त्यांनी मला हि त्यांच्या सोबत सायकल वर घेतले आणि शाळेत सोडवले . अरेरे माझा प्लॅन फसतोय कि काय या विचारात मी वर्गात पोहोचलो सुद्धा . त्या दिवशी १ ऑगस्ट होता . दरवर्षी १ ऑगस्ट १९९४ रोजी, आमच्या शाळेत लोकमान्य टिळक पुण्यतिथी निमित्त एक विशेष कार्यक्रम असायचा . मी वर्गात मित्राला सांगितले की मला वाटते माझी कंपास पडलीये मी ती शोधून आणतो आणि मी तिथून सटकलो. एक ऑटो-रिक्षा शोधली आणि ड्रायव्हरला बस स्टॉपवर सोडण्यास सांगितले, पण प्रवासादरम्यान, त्याने काही प्रश्न विचारण्यास सुरुवात केली, त्यामुळे मला भीती वाटली. मी त्याला समर्थ शाळेत सोडण्यास सांगितले (माझी शाळा). पण अहमदनगरमध्ये दोन समर्थ शाळा असल्याने, त्याने मला दुसऱ्या समर्थ शाळेत सोडले. मी त्याला काहीही सांगितले नाही; मी ऑटोमधून बाहेर पडलो. मी गोष्टी अधिक गुंतागुंतीच्या करत होतो. मला बस स्टॉप शोधायचा होता तिथे मला माझ्या मामांचे घर दिसले पण माझा बस स्टॉप चा शोध सुरूच होता

मला बस स्टॅन्ड काही सापडले नाही आणि मला काळजी वाटायला लागली जरा घाबरलो सुद्धा . मग मी एक स्टोरी तयार केली. मी म्हणालो की शाळेत जाताना कुणीतरी मला मागून पकडले आणि रिक्षात टाकून घेऊन गेले , जेव्हा रिक्षा हळू झाली तेव्हा मी ऑटो-रिक्षातून उडी मारून व पळून मामांच्या घरापर्यंत पोचलो. हे ठरवून मी मामाच्या घरी गेलो आणि हे स्टोरी सांगितली. आणि रडायला लागलो त्यांनी मला जास्त काही विचारले नाही पण संध्यकाली मला घरी सोडवले आणि आईला काय झाले ते सांगितले. त्या रात्री वडिलांना कळले. दुसऱ्या दिवशी, वडिल एक पोलीस अधिकाऱ्याशी बोलले ज्यांनी मला काय घडले ते विचारले. त्यांनी सांगितले की मी खरे सांगावे, आणि कुणीही रागावणार नाही. मी जवळजवळ सत्य सांगणार होतो, पण मी त्यांना तीच कथा सांगितली. पोलीस अधिकारी निराश झाला आणि तक्रार दाखल केली, आणि त्यांनी वडिलांना माझी काळजी घेण्यास सांगितले. घडलेल्या घटनेची बातमी माझ्या शाळेतील मित्रांमध्ये, शिक्षकांमध्ये आणि अगदी मुख्याध्यापकांमध्ये पसरली होती . काही

दिवसांनी, माझ्या पालकांना सत्य समजले. पण कुणीही मला काही म्हणाले नाही . मी शाळा बदलण्याचा विचार सोडला आणि त्याच शाळेत राहिलो. ५ वी इयत्तेपुर्वी, मी घरी अभ्यास करत नव्हतो. मुख्यत्वे वर्गातच जो अभ्यास होईल तेवढाच आणि परीक्षांसाठी त्यावर अवलंबून होतो. अशा प्रकारे मला चांगले गुण मिळायचे. पण पाचवीत मात्र असे झाले नाही , आणि मी सरासरी गुणांसह वर्गात १३ वा आलो. या पूर्वी माझा १ ते ५ मध्ये वर्गात नंबर यायचा .

माझ्या वडिलांचे घर खरेदी करण्याचे स्वप्न होते, त्यामुळे त्यांनी कर्ज घेतले आणि काही जमीन विकत घेतली. पैसे वाचवण्यासाठी, आम्ही त्यांच्या कार्यालयाच्या क्वार्टरमध्ये राहायला गेलो, ज्याचा अर्थ अहमदनगरमधील पाईपलाईन रोडजवळच्या आमच्या जुन्या घराचा निरोप घेणे असा होता . आम्ही सरकारी क्वार्टरमध्ये ज्याला "डाक बंगला" म्हणायचे तेथे राहायला गेलो. डाक बंगल्या मध्ये, मी नवीन मित्र बनवले. आम्ही लपाछपी आणि चोर पोलीस सारखे खेळखेळायचो . त्या ठिकाणी गुलमोहोर आणि निलगिरी सारख्या झाडांसह मोठा बाग होता, जो खेळण्यासाठी उत्कृष्ट होता. PWD चे क्वार्टर असल्याने तिथे मोठे मोठे पाइप्स हि होते (जे पूल बांधण्यासाठी वापरतात ) त्यावर सुद्धा आम्ही खेळायचो .

आमच्या घराजवळ एक आंब्याचे झाड होते, दरवर्षी त्याला भरपूर कैऱ्या व आंबे यायचे . मालत्या झाडावर चढून तोडायला आवडायचे . एका सायकलवर एक विक्रेता बेकरी उत्पादने विकत यायचा, आणि आम्ही आईला खारी, ब्रेड किंवा बिस्किटे विकत घ्यायला लावायचो . मला त्याचा आवाज खूप आवडायचा, "ब्रेडवाला, टोस्टवाला, मसाला बटर ड्राय खारी, केक बिस्किट क्रीम रोलवाला."

आम्ही होळी, दिवाळी आणि गणपती यासारखे सण साजरे करायचो . दिवाळीत, आम्ही आमच्या घराभोवती किल्ले बनवायचो , आणि तिथे धान्य पेरायचो, धान्य उगवल्या नंतर किल्ला खूप सुंदर दिसायचा . दिवाळीनंतर, मला विटा आणि मातीच्या घरं बनवायला आवडायचं. माझ्या लक्षात आहे नागपंचमीला सापाचे खेळ करणारे लोक आम्हाला साप दाखवायला येत असत. आम्ही झाडांना झोके बांधून खेळत असू.

या परिसरात झुडुपांसह पत्र्याचे शेड असलेला एक भाग होता, आणि त्याच्या मागे मोठे पाइप होते. एके दिवशी, सागर नावाच्या एका मित्रासोबत, मी पाइपचा वापर करून पत्र्याचे शेडवर चढलो. आणि आम्ही पाहिले की वरचा छप्पर उघडता येतो. तिथून आम्ही आत प्रवेश केला आणि तिथे जुनी वस्तू असलेली खोली आढळली.

आत थोडा आवाज झाला आणि आम्ही अडचणीत आलो कारण लोकांना वाटलं आम्ही चोर आहोत, पण ती केवळ कुतूहलापोटी आत गेलो होतोत . लोकांच्या आवाजामुळे, आम्ही घाबरलो. आणि मग आम्ही त्याच मार्गाने बाहेर येण्याचा प्रयत्न केला: छताच्या वरून. मग, कुणीतरी दगड फेकायला सुरुवात केली. आम्ही ओरडलो की दगड फेकू नका. आम्ही आहोत. आम्ही मग बाहेर आलो. सुमारे २० लोक गोळा झाले, आणि माझी आई आणि सागरची आई मला घरी घेऊन गेली. मी माझ्या आईला सांगितले की हे वडिलांना सांगू नकोस, पण तिला ते सांगण्याशिवाय पर्याय नव्हता. दुसऱ्या दिवशी वडिलांना ही बातमी समजली तेव्हा ते माझ्यावर रागावले. मग ठरलं की मी या मित्रांसोबत खेळू नये.

आमच्या घरी आर्थिक परिस्थिती कठीण होती कारण गृहकर्ज आणि घरखर्च. वडील मला माझ्या अभ्यासावर लक्ष केंद्रित करायला सांगत होते, पण मला मित्रांची आठवण येत होती. वडिलांना शिक्षणाचे महत्त्व माहित होते कारण त्यांनी गरिबी पाहिली होती.

६ वी इयत्तेत, मला एक इंग्लिश मधली कविता आवडायची . ती मला एका प्रार्थनेसारखी वाटायची . मी झोपायच्या आधी ती रोज म्हणायचो

"When I fall, I will call and know that you will hear me
wherever I go, I will know loving hands are near me
I will pray every day and know that you are beside me
whenever I go, I will know loving hands are near me."

"संकटाच्या काळात मी तुला बोलवेना बोलवेन आणि मला माहित आहे की तु माझा आवाज ऐकशील , जिथे मी जाईन तिथे मला माहित असेल की प्रेमळ हात माझ्या जवळ आहेत, मी दररोज प्रार्थना करेन आणि मला माहित आहे की तु माझ्या बाजूला आहेस , जिथे मी जाईन तिथे मला माहित असेल की प्रेमळ हात माझ्या जवळ आहेत."

प्रार्थनेने मी तीन इच्छा व्यक्त करायचो

१. मला एक व्हिडिओ गेम मिळावा
२. माझ्या अभ्यासात सुधारणा होवो
३. माझ्या वडिलांची आर्थिक परिस्थिती सुधारावी

काळानुसार, या तीनही इच्छा पूर्ण झाल्या. प्रथम, मला व्हिडिओ गेम मिळाला, आणि उर्वरित दोन इच्छा अखेर सत्यात उतरल्या.

मी सहाव्या वर्गात होतो तेव्हा मला निराशाजनक निकाल मिळाले, माझे गुण अवघे ५०% पोहोचले. माझे वडील खूपच अस्वस्थ झाले, आणि निकालाच्या

दिवशी मी रडू लागलो. त्या काळात माझी सुशील नावाच्या मुलाशी जवळची मैत्री झाली. आम्ही प्रत्येक सुट्टीत एकत्र वेळ घालवायचो, सोबत दाब खायचो आणि खूप गप्पा मारत हिंडायचो.

सातव्या इयत्तेत गेल्यावर, मी काही वाईट संगतीत अडकलो ज्यांनी गुटखा खायचा सवय लावली. दुर्दैवाने, मीही या सवयीत सहभागी झालो आणि सुशीलपासून दूर होऊ लागलो. अखेर, सुशीलला माझ्या या सवयीबद्दल कळले आणि त्याने माझ्याशी बोलणे बंद केले. गोष्टी आणखीनच बिघडल्या जेव्हा आमच्या वर्गातील कोणीतरी आमच्या गुटखा खाण्याची तक्रार केली. आमच्या वर्ग शिक्षकांनी आम्हाला मुख्याध्यापकांच्या कार्यालयात नेले, जिथे इतर दोघे रडले, पण माझ्या डोळ्यातून अश्रू आले नाहीत, जरी मला खूप पश्चात्ताप झाला होता. शिक्षकांनी माझी दुःखाची अभिव्यक्ती नसल्यामुळे मला मुख्य आरोपी मानले. आमच्या पालकांना बोलावले गेले, आणि माझ्या वडिलांनी मला अशा मित्रांपासून दूर राहण्याचा आणि अभ्यासावर लक्ष केंद्रित करण्याचा सल्ला दिला. नंतर मी सुशीलची माफी मागितली, आणि आम्ही पुन्हा मित्र झालो, आणि मी आनंदी होतो. पण हा आनंद फार काळ टिकला नाही, कारण त्याच्या वडिलांची बदली मुंबईला झाली, आणि त्याला शाळा सोडावी लागली.
सातवी संपता संपता, आमच्या घराचे बांधकाम पूर्ण झाले, आणि आम्ही डाक बंगला सोडले. माझ्या वडिलांच्या सरकारी नोकरीमुळे आम्ही वारंवार स्थलांतर करीत होतो, त्यामुळे ठिकाणे बदलणे माझ्या जीवनाचा एक भाग होता, पण हा निरोप वेगळा होता. मला प्रचंड दुःख झाले, आणि मी सभोवताल पाहताना, मित्रांना निरोप देताना , अनेक चांगल्या आणि वाईट आठवणींचा धडाका माझ्या मनात आला. मी अश्रूंनी निरोप घेतला.

आम्ही आमच्या नवीन घरी स्थायिक झालो, ज्यामध्ये माझ्या वडिलांनी माझ्यासाठी अभ्यास करण्यासाठी एक खास खोली तयार केली होती. ती माझी पवित्र जागा होती, जिथे कोणीही मला त्रास देऊ शकत नव्हते. मी या जागेला खूप जपले आणि अनेक प्रेमळ आठवणी तयार केल्या.

माझ्या सातवीत निराशाजनक निकालानंतर मी आठव्या वर्गात काही पाऊले उचलली . मी मागील वर्षाच्या रिकाम्या वहीच्या पानांचा वापर करून काही छोट्या डायऱ्या तयार केल्या. एक डायरी माझ्या प्रत्येक विषयाच्या गृहपाठाची नोंद

करण्यासाठी होती; मी ठरवले की, रोज गृहपाठ करायचा, जरी तो तपासला गेला नाही तरी. दुसरी डायरी अतिरिक्त अभ्यास आणि कामासाठी होती. माझ्या इंग्रजी वर्गात, एका गोष्टीतील पात्राने प्रेरित होऊन, मी दररोज डायरी लिहायला सुरुवात केली. मी माझ्या दैनंदिन क्रियाकलापांची आणि विचारांची नोंद करायला सुरुवात केली. मला ठामपणे विश्वास होता की एक उच्च शक्ती आपल्याला मार्गदर्शन करते. आपण चांगल्या गोष्टी केल्या तर चांगल्या गोष्टी आपल्या वाट्याला येतील. मी या निसर्गाच्या विश्वशक्तीला खूप मानायचो आजही मानतो , ज्याला काहीजण देव म्हणतील.माझा विश्वास होता की तुम्ही शुद्ध मनाने निसर्गाला काही मागाल, तर तो तुमची इच्छा पूर्ण करण्यासाठी सर्वतोपरी प्रयत्न करेल.

मला माझ्या तीन इच्छा आठवल्या, पहिली होती व्हिडिओ गेम. माझ्या पालकांना माझ्या इच्छेबद्दल समजले, परंतु माझ्या खराब शैक्षणिक कामगिरीमुळे मी त्याबद्दल बोलण्याचे धाडस केले नाही. पण एकदा मी माझ्या आईला व्हिडिओ गेम भाड्याने घेण्यासाठी ५ रुपये मागितले, आणि जेव्हा माझ्या वडिलांना कळले, तेव्हा त्यांनी आम्हाला एक नवीन व्हिडिओ गेम आणून दिला. माझी दुसरी इच्छा, माझ्या अभ्यासात सुधारणा करणे, ती पूर्ण होण्याच्या मार्गावर होती.

आठवी सुरू होण्यापूर्वी, मी माझ्या इंग्रजी व्याकरण सुधारण्यासाठी मी उन्हाळ्याच्या सुट्टीत क्लास लावले . शाळा सुरू झाल्यानंतरही मी क्लास चालूच ठेवला . त्या वर्गामुळे माझ्या इंग्रजी गुणांमध्ये सुधारणा झाली. मी इंग्रजीमधले सर्व कठीण व्याकरणाचे प्रकार शिकलो. मला इंग्रजी विषयाची आवड निर्माण झाली. मला इतकी आवडली की मी इंग्रजी विषयाचा वर्गाचा मॉनिटर बनलो. मी माझा अभ्यास सुरू ठेवला, आणि वर्षाच्या शेवटी, मी ६०% गुण मिळवले. माझ्यासाठी हे एक मोठे यश होते.

त्या वर्षी, माझी एक नवीन मित्र भेटला त्याचे नाव निलेश होते . मी बी तुकडीत होतो, आणि तो की तुकडीत होता. आमच्या शाळेत, अ तुकडीत सर्वात हुशार मुलं असत, ब मध्ये सरासरी विद्यार्थी असत, आणि क मध्ये बाकीचे असत. निलेशची ओळख मला स्वप्नील मुले झाली स्वप्नील माझ्या घराजवळ राहायचा आणि निलेश त्याचा मित्र होता. निलेशला मायकल जॅक्सनबद्दल एक विचित्र आकर्षण होते. त्याच्याकडे मायकल जॅक्सन च्या ऑडिओ कॅसेट्स होत्या . सुरुवातीला मला मायकल जॅक्सनची इतकी आवड का आहे हे समजत नव्हते. पण त्याच्यासोबत अधिक वेळ घालवल्यानंतर, मला काही गाण्यांचे बोल आवडायला लागले. "If you want to make the world a better place, take a look at yourself and make a change" या "Man in the Mirror" गाण्यामधील आणि "There's a place in your heart, and I know that it is love" या "Heal the World" या गाण्यामधील ओळी मला खूप आवडल्या. मला त्याची गाणी आवडायला लागली .

निलेशमध्ये इतर प्रभावी गुण होते. त्याचे हस्ताक्षर अप्रतिम होते. तो नवीन असल्यामुळे, क तुकडीत गेला. पण आमची चांगलीच गट्टी जमली . एके दिवशी, आम्ही शाळेला जाण्यापूर्वी भेटलो आणि आमच्या संभाषणात इतके गुंतलो की वेळेची जाणीवच राहिली नाही. आम्ही शाळेसाठी जवळजवळ अर्धा तास उशिरा आलो! आम्ही घाबरलो, पण शाळेत जाण्याऐवजी आमच्या शाळेजवळील जुन्या, मोडकळीस आलेल्या किल्ल्यात तिने पास करायला गेलो . आह्मी ठरवले कि मधली सुट्टी झाली कि शाळेत जाऊयात.

आम्ही शाळेत जाण्याच्या तयारीत असताना, निलेशला लक्षात आले की त्याने घरी काहीतरी विसरले आहे, बहुधा एखादे पुस्तक. त्याने मला थांबायला सांगितले, कारण तो ते आणायला गेला. मी खूप वेळ थांबलो, आणि हळूहळू काळजी वाढू लागली. शेवटी, मी त्याला परत येताना पाहिले. मी सुटकेचा निःश्वास सोडला, पण ती सुटका थोड्या वेळासाठीच होती. अचानक, मी त्याच्या आई-वडिलांना बाइकवर माझ्याकडे येताना पाहिले, आणि त्याच्या वडिलांनी विचारले की मी तिथे का आहे. मला खूप भीती वाटली. त्यांचे वडील नाराज होते की आम्ही शाळा बुडवली जेव्हा. मी शाळेत गेलो .

नंतर, मला काय घडले हे कळले. जेव्हा निलेशच्या वर्गात हजेरी घेतली गेली, तेव्हा कोणीतरी त्याला शाळेच्या गणवेशात पाहिले आणि सांगितले की मी त्याच्यासोबत होतो. माझा भाऊ आणि त्याची बहीण, जे एकाच वर्गात होते, त्यांना बोलावून विचारले गेले, आणि त्यांनी सांगितले की आम्ही शाळेत गेलो होतो. आमच्या पालकांना याबद्दल माहिती देण्यात आले, आणि मला आता कळले होते की मी अडचणीत आहे.

घरी गेल्यावर, माझी आई प्रथम माझ्याशी बोलली. मग, रात्रीच्या जेवणानंतर, माझे वडील माझ्याशी एक तासभर बोलले. त्यांना काळजी होती की मी माझ्या अभ्यासाकडे दुर्लक्ष करत आहे आणि माझे भविष्य खराब करत आहे. त्यांनी मला आठवण करून दिली की मी पूर्वी किती चांगले केले होते आणि माझ्या गुणांची घसरण कशी झाली होती. मला शंका होती की निलेशच्या घरातही अशीच चर्चा होत आहे, आणि आमचे पालक एकमेकांना भेटू देऊ इच्छित नव्हते.

त्या दिवसानंतर, आम्ही शाळेबाहेर कधीही भेटलो नाही.

नववीच्या सुट्टीत, मी दहावीच्या गणिताच्या व्हेकेशन बॅचमध्ये सामील झालो. माझे वडील नेहमीच माझ्या शिक्षणाला पाठिंबा देत होते, क्लास लावण्यासाठी पैसे देणे, पुस्तके खरेदी करणे किंवा शैक्षणिक मासिकांची सदस्यता घेणे. मला अजूनही आठवते की ते परदेशातून आणलेली यंग सायंटिस्टची पुस्तके. त्यांची किंमत जास्त होती, पण त्याने माझा विज्ञानाचा आवड वाढवला. मी शाळेतील प्रकल्प स्पर्धांमध्ये सहभागी होऊ लागलो. मी बॅटरी तयार केली ज्यासाठी सेल, वायर आणि छोटा बल्ब वापरला होता, पाण्यात आरशाचा वापर करून इंद्रधनुष्य तयार केले, आणि एक धागा आणि मोटरच्या मदतीने चालणारी कार देखील तयार केली.

पण जेव्हा नववीचा निकाल आला तो अगदी भयानक होता . मी पुन्हा की तुकडीत गेलो. माझ्या वडिलांनी सुचवले की मला कोळगाव मध्ये ठेवले असते तर माझा अभ्यास सुधारला असता. तथापि, मला माझ्या व्हेकेशन बॅच च्या क्लास मधून आत्मविश्वास मिळाला होता आणि मी त्यांचा सल्ला नाकारला. मी त्यांना सांगितले की मला फक्त अहमदनगरमध्येच राहायचे आहे आणि त्या वर्षी चांगला अभ्यास करण्याचे वचन दिले. त्या रात्री, मी माझ्या भावना आणि ध्येय लिहून ठेवले आणि निर्धाराने अश्रू ढाळले. मी उत्साह आणि आत्मविश्वासाने भरलेल्या नवीन प्रवासावर निघण्यास तयार होतो.

आता, माझे जीवन एक निश्चित वेळापत्रक झाले होते. पहाटे उठून अभ्यास, शाळा, आणि संध्याकाळी क्लास . गणित माझा आवडता विषय बनला कारण मी व्हेकेशनमध्येच त्याच्या अभ्यासाची सुरुवात केली होती, शिक्षकांची भूमिका शिक्षणात खूप महत्वाची असते. जर तुम्हाला असा शिक्षक मिळाला ज्याला ऐकायला तुम्हाला आवडते , तर तो विषय सोपा आणि रोमांचक होतो. माझ्या शिकवणीच्या गणिताच्या शिक्षकांनी गणित खूप रोचक पद्धतीने शिकवले. सुरुवातीला मला त्यांच्या बोलण्याची शैली आवडली आणि मी घरी त्यांचे अनुकरण करू लागलो. त्यांच्या बोलण्याच्या शैलीने आणि चांगले शिकवल्याने माझे गणितावरील प्रेम वाढले. आता मी जरासा चौकटीबाहेर बाहेर विचार करू लागलो. अजूनही आठवते, एक गणिताचे उदाहरण होते जे एका वर्तुळाच्या परिघावर आधारित होते. मी वही चे एक पण घेतले आणि त्यावर कर्कटक च्या साहाय्याने वर्तुळ कापून घेतले . आमचे शिक्षक अनेक वर्षांपासून गोंधळात होते की संपूर्ण परिघ घ्यायचा की अर्धा परिघ. मी एका वर्तुळाचा कटआउट केला आणि कागदावर परिघाचा तो भाग कापला, त्याच्या मदतीने शंकू तयार केला आणि हे सरांना प्रत्यक्ष दाखवले. ते खूप प्रभावित झाले आणि त्यांनी तो शंकू सर्व

विद्यार्थ्यांना दाखवला आणि मग सर्वजण उपायाने प्रभावित झाले कारण त्या कागदी शंकू मुले ते गणित सर्वांना समजले. मला आठवते की एक अवघड गणित होते जे मी सोडवण्यात अयशस्वी होतो, आणि मी त्याबद्दल विचार करत झोपलो. पहाटे सुमारे 4:30 वाजता मला त्याचे उत्तर मिळाले.

आमच्या गणितात चार विभाग होते: अ, ब, क, आणि ड. क आणि ड विभाग खूप आव्हानात्मक होते. मला फक्त तो विभाग आवडत होता. पण शाळेत, मी क तुकडीत असल्यामुळे, शिक्षक क आणि ड विभाग घेत नव्हते. शाळेसाठी 100% निकाल आणणे हे मोठे आव्हान होते, आणि बहुतेक वेळा क तुकडीतील विद्यार्थी नापास होत होते, त्यामुळे क तुकडीतील विद्यार्थ्यांना पास करण्यासाठी अधिक जोर दिला जात होता. प्रत्येक विषयाच्या शिक्षकांनी विद्यार्थ्यांना किमान पास होण्यासाठी गुण मिळविण्यावर लक्ष केंद्रित केले.

त्यांची विचारसरणी ठीक होती कारण क तुकडीतील विद्यार्थ्यांना पास करणे खूप आव्हानात्मक होते. हे माझ्यासाठी खूप निराशाजनक होते कारण मी त्यात खूप चांगला होतो. मला उत्कृष्ट होण्यासाठी मार्गदर्शन हवे होते. माझ्याकडे शिकवणीचे तर मार्गदर्शन होते. तसेच, आमच्या शाळेत शिकशन स्पूर्ति मधून काही लोक आले आणि त्यांनी दहावीच्या विद्यार्थ्यांसाठी मासिकाबद्दल सांगितले.मी त्याची सदस्यता घेतली. दरमहा आम्हाला मासिक मिळायचे.आणि ही मासिके खूप उपयुक्त होती. मी सर्व विषय नियमितपणे शिकत होतो, ज्याचा मला खूप फायदा झाला.

माझ्या शिकवणीचा परिणाम शाळेच्या दहावीच्या पहिल्या युनिट टेस्ट मध्ये दिसून आला. मला बीजगणित आणि भूमितीत 30 पैकी 30 गुण मिळाले. इतर विषयांमध्ये मला सरासरीपेक्षा कमी गुण मिळाले. आणि जेव्हा पहिल्या सत्राची परीक्षा होती, तेव्हा आमच्या वर्गशिक्षकांनी वर्गाला विचारले की त्यांच्या मते कोण पहिला येईल, आणि वर्गातील सर्व विद्यार्थ्यांनी माझे नाव घेतले . मी या मुले आश्चर्यचकित झालो होतो . क तुकडीत बहुतेक विद्यार्थी विविध विषयांमध्ये नापास झाले होते, आणि फक्त चार जण पास झाले होते, ज्यात मी सरासरीपेक्षा जास्त गुण मिळवले होते. त्यामुळे मी पहिला आलो. त्या दिवशी, मला गर्दीतून बाहेर येण्याचे महत्त्व कळले.

मी माझा अभ्यास सुरू ठेवला आणि बोर्डाच्या परीक्षेला बसलो. माझ्या प्रयत्नांमुळे सर्व परीक्षा सोप्या होत्या. त्यानंतर, मला मोठी सुट्टी मिळाली. सुट्टीसाठी माझ्याकडे उत्कृष्ट योजना होती. मी जवळजवळ सर्व नातेवाईकांना भेटलो. मी कोळगावला माझ्या आजी-आजोबांच्या घरी गेलो; बेलवंडीला माझ्या

काकांच्या घरी गेलो; आणि शिरूरला गेलो, जिथे माझे मामा राहत होते. तिथे मला कळले की निलेशही त्याच्या नातेवाईकांसोबत तिथे होता. मी त्याला भेटलो, आणि एक वर्षानंतर त्याला पाहून मला खूप आनंद झाला. त्याने त्याच्या शाळेच्या जीवनाबद्दल आणि पुण्यातील त्याच्या निवासाबद्दल सांगितले.

काही दिवसांनी, निकालाची तारीख वृत्तपत्रात जाहीर झाली. मला आठवतंय, अहमदनगरमध्ये निकाल शाळेत यायच्या आधी काही वेबसाइट्सवर निकाल जाहीर व्हायचा . काही लोक त्याची प्रिंटआउट काढून ठीक ठिकाणो बसायचे आणि १० रुपयात तुमचे टोटल मार्क्स सांगायचे . मी स्वप्नीलसोबत माझा निकाल बघायला गेलो होतो, आणि मला माझ्या एकूण मार्कांबद्दल कळलं. माझे एकूण ६५.३७ टक्के मार्क होते. आता आम्ही शाळेत मार्कशीट मिळण्याची वाट पाहत होतो. सुमारे ११ वाजता, आम्ही निकाल घेण्यासाठी लांब रांगेत उभे होतो. त्या दिवशी, माझे आजोबा (वडिलांचे वडील) पण अहमदनगरला होते. ते माझ्या शाळेत आले आणि माझ्यासोबत रांगेत उभे राहिले. खूप वेळ थांबल्यानंतर ते माझ्या काकांच्या घरी गेले, आणि सांगितलं की, "तुला निकाल मिळाल्यावर तिकडे भेट." अनेक विद्यार्थी असल्यामुळे मला माझा निकाल साधारणपणे ४:३० वाजता मिळाला. मग मी माझ्या काकांच्या घरी गेलो, पण तोपर्यंत आजोबा कोळगावला गेले होते. मग मी घरी परतलो, आणि सगळे आनंदी होते, आई आणि वडील दोघेही. माझं शालेय जीवन आता संपलं होतं. कारण हा माझ्या आयुष्यातील एक महत्त्वाचा टप्पा होता की मी दहावी पास झालो होतो. आम्ही कॉलनीमध्ये आणि नातेवाईकांमध्ये पेढे वाटले. सुट्ट्या अजूनही काही दिवस बाकी होत्या कारण माझं पुढचा कॉलेज मधला प्रवेश अजून निश्चित झाला नव्हता.

१० वी नंतर उरलेल्या सुट्ट्यांमध्ये ऍडमिशनची चर्चा चालू होती. कारण मला इलेक्ट्रॉनिक आणि विज्ञानाची खूप आवड होती, मी सायन्स साईड घेण्याचे ठरवले . मी याबद्दल माझ्या चुलत भावंडांशी आणि इतर नातेवाईकांशी चर्चा केली. मला कळलं की जर मी विज्ञान शाखेत गेलो तर माझ्याकडे दोन पर्याय आहेत: वैद्यकीय क्षेत्रात करिअर करण्याचा किंवा अभियांत्रिकी क्षेत्रात जाण्याचा. संगणक अभियांत्रिकीची खूप क्रेझ होती. मला असंही कळलं की विज्ञानात आपल्याकडे इलेक्ट्रॉनिक्स निवडण्याचा पर्याय आहे. आणि मी बायोलॉजीला वगळू शकतो. मला ही कल्पना खूप आवडली. त्यावेळी अहमदनगरमध्ये फक्त तीन कॉलेजेस मध्ये इलेक्ट्रॉनिक्स होते आहेत: न्यू आर्ट्स कॉलेज, सराडा कॉलेज, आणि अहमदनगर कॉलेज. मी न्यू आर्ट्स कॉलेजसाठी अर्ज केला. मी न्यू आर्ट्स

कॉलेजच्या यादीची वाट पाहत होतो. माझे वडील काळजीत होते की जर मला इथे प्रवेश मिळाला नाही तर काय करायचं. तरी त्यांची योजना होती; त्यांच्याकडे एक पर्याय होता: मला श्रीगोंद्यात पाठवायचं, जिथे मला सहज प्रवेश मिळेल. सराडा कॉलेजकडे आम्ही लक्ष देत नव्हतो, पण माझे वडीलही आग्रह करत होते कि मी तिथंही फॉर्म भरावा . मी त्या कॉलेजमध्ये जाण्यास तयार नव्हतो कारण मी ऐकलं होतं की तिथे लोक त्यांच्या अभ्यासाबद्दल गंभीर नसतात, माझे वडील माझ्यासोबत आले. त्यांनी तिथे माझ्या प्रवेशासाठी अर्ज केला. त्यांनी कॉलेजच्या एका शिक्षकाची भेट घेतली, ज्यांनी सांगितलं की या कॉलेजमध्ये अनेक विद्यार्थी बोर्डात आले आहेत आणि शक्यता आहे की मला इलेक्ट्रॉनिक्स सुद्धा मिळेल.

माझ्या वडिलांना सराडा कॉलेजमध्ये माझा प्रवेश घेण्याबद्दल खूप इच्छा होती. घरी परतल्यावर त्यांनी मला सांगितलं की ते एक चांगलं कॉलेज आहे. आणि जर मला इथे नीट शिकायला मिळालं नाही तर काळजी करू नको, तू क्लास लाव . त्यांनी मग मला माझ्या मनाची तयारी या कॉलेजसाठी करायला सांगितलं. मी ते मान्य केलं, आणि मी सराडा कॉलेजमध्ये जाण्याचा निर्णय घेतला.

# 6

# कनिष्ठ महाविद्यालय

एका मोठ्या सुट्टीनंतर मी कॉलेजमध्ये प्रवेश केला; घरातून कॉलेजपर्यंत प्रवास करण्यासाठी माझ्याकडे एक सायकल होती. कॉलेजच्या पहिल्या दिवशी प्राध्यापकांनी आम्हाला कॉलेज कॅम्पसची ओळख करून दिली आणि वेगवेगळ्या नियम व शिस्तींची माहिती दिली. हे वर्गचित्रपट 'मुन्नाभाई एमबीबीएस' मध्ये पाहिल्यासारखे होते, जिथे शिक्षकांसाठी एक स्टेज होते आणि विद्यार्थी बाकावर बसले होते. या वर्गात जिथे दोन विद्यार्थी बसू शकतील अशा बाकांसह रांगा केल्या होत्या. सर्व विद्यार्थ्यांना चांगले दिसण्यासाठी ही सीटिंग डिझाइन केलेली होती. मागील रांगा पुढील रांगांपेक्षा जरा वर ठेवल्या होत्या, जेणेकरून मागील विद्यार्थ्यांना शिक्षक आणि कोणतेही दृश्यमाध्यमे किंवा सादरीकरण दिसेल.

या वर्षी, आमचे शिक्षणाचे माध्यम इंग्रजीत बदलले गेले होते. पहिल व्याख्यान 'फिजिक्स' चे होते . ते पूर्णपणे इंग्रजीत होते, जे माझ्यासाठी एक नवीन अनुभव होता. मला ते आवडले कारण मला आठवीतूनच इंग्रजी आवडत होते, मला त्या शिक्षकांचे शिकवलेले सर्व समजत होते. नंतरच्या शिक्षकांनीही इंग्रजीत वर्ग घेतले आणि मला कमीत कमी भाषा तरी समजली. सायन्स मधील विषय खूपच आव्हानात्मक होते . त्यामुळे, मी कोचिंग शोधायला सुरुवात केली. अहमदनगरमध्ये अनेक कोचिंग क्लासेस होते, काही प्रसिद्ध होते. मी एक क्लास शोधला जिथे सर्व विषय शिकवले जात होते . मी त्या वर्गात फी आणि इतर तपशीलांबद्दल चौकशी केली. ११व्या आणि १२व्या साठी प्रत्येकी एकूण ७ हजार फीस होती . आम्ही एकत्रितपणे भरल्यास एकूण फी १२ हजार होती. मी याची वडिलांशी चर्चा केली आणि ते माझ्यासोबत त्या कलासमध्ये आले. आम्ही शिक्षकांशी चर्चा केली ज्यांनी तपशील स्पष्ट केले. मला माहीत नव्हते की वडील

किती फीस भरतील , पण मला माहीत नाही का, माझ्या वडिलांनी १२ हजार रुपये भरले. ११वी आणि १२वीसाठी ती पूर्ण फी होते. हे माझ्या वडिलांसाठी आव्हानात्मक होते, परंतु त्यांनी तरीही भरले.

मी नवीन वातावरणाबद्दल उत्सुक होतो, पण एकटाच वाटत होतो कारण मला ओळखणारे कोणीही नव्हते. विषय समजण्यास आव्हानात्मक होते. पण जेव्हा मी क्लासेसला जाऊ लागलो,आणि कारण ट्युशनमधील शिक्षक चांगले होते, माझी विज्ञानामध्ये रुची वाढली. लवकरच माझ्या शाळेतील काही सहाध्यायी देखील कॉलेजमध्ये आले आणि मला थोडं चांगलं वाटलं. नंतर, आम्ही 'चॅलेंजर' नावाचा एक ग्रुप तयार केला - काही इंग्रजी माध्यमाचे विद्यार्थी वर्गात इंग्रजीत उत्तरे द्यायची इंग्रजीत शंका विचारायची . वर्गावर त्यांचा उत्तम प्रभाव होता. सुरुवातीला इंग्रजी भाषेमुळे मला जरा असुरक्षित वाटत होते, पण नंतर आमचा ग्रुप तयार झाल्याने मला थोडा आत्मविशास आला . एक दिवशी आमच्या गटातील एकाने कॅन्टीनमध्ये काही विद्यार्थ्यांसोबत भांडण केले. जरा मारामारी सुद्धा झाली. आणि अनेक विद्यार्थ्यांनी ते पाहिले आणि काहींनी ही बातमी पसरवली. नंतर सर्वांनी समजले की, 'चला या ग्रुप च्या नदी नको लागायला .'

मला एक घटना आठवते, कॉलेजमधून परतताना आम्ही सायकलने जात होतो. माझं शरीर खूप सडपातळ होतं आणि माझे दोन मित्रही उंचीने कमी आणि शरीराने सडपातळ होते. एकजण बाइकवर समोरून येत होता, आणि त्याच्या बाइकचा हॅंडल माझ्या सायकलच्या हॅंडल वरून गेला . काहीच झाले नाही. माझ्या इतर दोन मित्रांनी सांगितले की, तो थांबला आणि आम्हाला रागाने पाहत होता, म्हणून आम्हीही थांबलो. तो परत आला आणि भांडण करणार होता, पण आमच्या गटातील इतर काही लोक, सुमारे १०-१५ लोक आले. माझे दोघे मित्र माझ्यासोबत होते आणि तो बाइकवाला आमच्यासमोर होता, आणि आम्हाला आमच्या १०-१५ मित्रांनी घेरले होते. कुणीही काहीही बोलले नाही. त्या बाईक वाल्याची भाषा सौम्य झाली आणि मग त्याने मला सांगितले, 'बेटा, नीट चालव. आपला अपघात झाला असता. ठीक आहे, काळजी घे,' आणि मग तो गेला.

दर शनिवारी कॉलेज अर्धा दिवस असायच, आणि आम्ही सर्व एकत्रित सायकलने जात असू, आणि आमच्या शाळेच्या 'श्री समर्थ विद्या मंदिर प्रशाला' शेजारी एक वडापावच दुकान होत, तिथे दर शनिवारी आम्ही वडापाव खायला जायचो. वार्षिक स्नेहसंमेलनाच्या वेळी, ज्यामध्ये रोज डे, पिंक डे, मुव्ही डे असे अनेक दिवस असायचे, एक दिवस ज्याचे नाव मला आठवत नाही, परंतु काही विद्यार्थी विक्रेते झाले होते. कोणी कॉफी विकत होता, कोणी वडापाव विकत

होता, आणि आमचा गट आइस्क्रीम विकत होता; आम्ही थर्मल कंटेनरमध्ये मोठ्या प्रमाणात आइस्क्रीम आणत होतो. आम्ही आइस्क्रीम ४ रुपयांना विकत घेतले आणि १०-१५ रुपयांना विकत होतो. कॉलेजमध्ये आइस्क्रीम विकताना मजा आली. कधीकधी, आम्ही वर्ग बुडवून चित्रपट पाहायला जायचो, विशेषतः शनिवारी, कारण कॉलेज अर्धा दिवस असायच. प्रॅक्टिकल सत्र संपवून आम्ही चित्रपट बघायला जायचो. आणि अर्थातच, हे दर शनिवारी नव्हते; नवीन चित्रपट आल्यावरच आम्ही असे करायचो. 'मोहब्बते' चित्रपट मी कॉलेज बुडवून अनेक वेळा पाहिला आहे, आणि हे मी माझ्या मित्रांसोबत चार-पाच वेळा केले आहे.

या वर्षी माझ्या वडिलांनी नवीन कार घेतली, एक मारुती ८००. आम्ही त्यांच्या या यशाबद्दल खूप खुश होतो. आता आम्हाला कोळगावला जाणे सोपे झाले. आणि इतर नातेवाईकांकडे जाणेही सोपे झाले. आम्हाला या कारसह सुंदर आठवणी आहेत. आम्ही अनेक कौटुंबिक सहली केल्या.

माझ्या निवडलेल्या कॉलेजमध्ये, इलेक्ट्रॉनिक्स विषय घेतल्यास जीवशास्त्र आणि एक भाषा विषयाच्या वर्गाला जाण्याची गरज नव्हती. मला एक मजेशीर घटना आठवते, जी माझ्या रसायनशास्त्र प्रयोगशाळेत घडली. कारण मी इलेक्ट्रॉनिक्स बॅचचा सदस्य होतो. इतर विद्यार्थी हुशार होते, आणि प्रयोगशाळेतील सर्व प्रयोग पूर्ण करत. कधीकधी, मला अडचण यायची, आणि ते मदत करायचे. एकदा, मला बराच वेळ काही जमत नव्हत, आणि वेळ संपत होती, त्यामुळे मी गुपचूप सगळं आवरलं आणि बाहेर पडणार होतो. रसायनशास्त्र प्रयोगशाळेतील सर्वत्र वेगवेगळ्या रसायनांच्या बाटल्या आणि रासायनिक उपकरणे होती. मग मी पाहिले की एक मित्र बाटलीतून काहीतरी पीत होता. मला भीती वाटली की, तो रसायन पीत आहे का? पण नाही, तो आपल्या बाटलीतून पाणी पीत होता. मग मला वाटलं, मी किती मूर्ख आहे, जो इतकं साधं समजत नाही? मी प्रयोगशाळेतून बाहेर पडलो आणि जिन्यावर होतो, तेव्हा आमच्या रसायनशास्त्र शिक्षक जोरात ओरडले, 'अरे देवा, तो काय पितोय?' नंतर काय झालं माहित नाही, पण मी माझी सायकल घेतली, आणि कॉलेजहून घरी जाताना मी वेड्यासारखं हसत होतो.

इलेक्ट्रॉनिक्सचे विद्यार्थी हुशार असतात असं म्हटलं जातं. आणि मी त्यापैकी एक होतो. जरी माझे गुण त्या बॅच मधील सर्वात कमी होते, तरी मी त्या बॅचचा भाग होतो. इथे सर्व इलेक्ट्रॉनिक्सचे विद्यार्थी अभ्यासाला समर्पित होते. अर्थात, त्यांनीही काही क्लास लावले होते आणि ते खूप अभ्यास करत असत, आणि कारण मी त्या गटात होतो, माझ्याकडेही त्यांच्या सारखीच काही महत्त्वाकांक्षा

होती. मला आठवतं, जेव्हा मी शाळेत होतो, तेव्हा अ तुकडी हा हुशार विद्यार्थ्यांचा विभाग होता आणि त्याचा भाग होण्याचं माझं स्वप्न होतं. जेव्हा मी इलेक्ट्रॉनिक्सच्या बॅच मध्ये आलो, तेव्हा मला तोच अनुभव आला. असं म्हणतात की जर तुम्ही खोलीतील सर्वात हुशार व्यक्ती असाल तर तुम्ही चुकीच्या खोलीत आहात. कारण हुशार विद्यार्थी माझ्या सभोवती होते, त्यामुळे विचारांची आणि चर्च्यांची माझी पातळी देकील उंचावली ; सर्वजण करिअर आणि भविष्याबद्दल आणि त्याची तयारी कशी करायची याबद्दल बोलत असत. माझ्या ट्युशननेही मला मदत केली, विशेषतः भौतिकशास्त्र, रसायनशास्त्र आणि गणिताच्या शिक्षकांनी.

हे खरे प्रेरणास्थान होते, केवळ विषय खूप सोपे आणि सरळपणे शिकवले जात त्याविषयांमध्ये रुची वाढवण्याचे देखील काम होत होते , त्यांनी मला घरी अभ्यास करण्यासाठी आणि शिकलेल्या गोष्टींचे पुनरावलोकन करण्यासाठी प्रेरित केले जेणेकरून दुसऱ्या दिवशी शिक्षकांनी कोणताही प्रश्न विचारला तर मी प्रथम उत्तर देण्याचा प्रयत्न करायचो. माझे गणिताचे शिक्षक घोणसे सर माझ्यासाठी खरे प्रेरणास्थान होते. ते मेकॅनिकल इंजिनीर होते. तथापि, त्यांच्या कुटुंबाच्या आर्थिक अडचणींमुळे, त्यांनी नंतर क्लास घेणे सुरू केले आणि अहमदनगरमध्ये त्यांच्या क्लासचे मोठे साम्राज्य उभारले. अनेक वेळा, ते शिकवण्याऐवजी त्यांच्या कथा सांगायचे आणि मला त्यांच्याकडून जे काही ऐकायला मिळायचे ते मला प्रेरणा देत असे. मला आठवतं त्यापैकी एक कथा अशी होती की त्यांनी सांगितलं होतं की मेकॅनिकल इंजिनीरिंग पूर्ण केल्यानंतर, त्यांना नौदलात नोकरी मिळाली होती. परंतु त्यांच्या पदावर अनिवार्य सहा महिन्यांच्या मुक्कामामुळे त्यांची आई काळजीत पडली. आणि त्यामुळे त्यांनी ती नोकरी सोडली. त्यांना गणित शिकवणे खूप आवडत असे. आणि माझ्या गणिताच्या प्रेमामुळे मला माझे गणिताचे शिक्षक खूप आवडायचे. १२वी नंतरच्या पुढील प्रवासाचे ज्ञान मला त्यांच्याकडून मिळाले. त्यांना माहीत होतं की मी इलेक्ट्रॉनिक्सचा विद्यार्थी आहे आणि इंजिनीरिंग ला जाण्याचे ध्येय ठेवले आहे , म्हणून त्यांनी माझ्यावर जास्त लक्ष केंद्रित केले. मला १०वी आणि १२वीतून शिकायला मिळालं की जर तुम्ही तुमच्या शिक्षकांच्या जवळ असाल, तर तुम्हाला शैक्षणिक गोष्टींपलिकडील अनेक गोष्टी शिकायला मिळतात. तुम्हाला भविष्यातील संधींबद्दल माहिती मिळते आणि चांगल्या नैतिक सवयींनी जीवन कसं जगायचं हे शिकता. तुम्हाला तुमच्या अभ्यासावर लक्ष केंद्रित कसं करायचं, एकाग्रता कशी आणायची हे शिकता. आणि आणखी बऱ्याच गोष्टी शिकता. सामान्यतः विद्यार्थी शिस्तप्रिय शिक्षकांबद्दल

कधी कधी भीती बाळगतात . परंतु तुमच्या शिक्षकांच्या संपर्कात नेहमीच आशीर्वाद असतो. तर सामूहिकपणे, माझ्या ट्युशन आणि कॉलेजच्या शिक्षकांच्या मदतीने ज्यांनी मला भौतिकशास्त्र , रसायनशास्त्र, गणित, इंग्रजी आणि इलेक्ट्रॉनिक्स (बिडकर सर ,शिंदे सर ) शिकवले त्याने माझा अभ्यास चांगला झाला.

माझं वेळापत्रक खूप मनोरंजक होतं. क्लास , कॉलेज आणि घरी अभ्यास करणं खूप आनंददायक होतं. जेव्हा तुम्ही तुमचं काम एन्जॉय करायला लागता, तेव्हा चांगले परिणाम मिळतात. माझ्या ११वी आणि १२वीचे हे दोन वर्षे माझ्या आयुष्यातील सर्वोत्तम दिवस होते. जीवन एक गोड गाणं होतं असं वाटत होतं. माझ्या १२वीच्या बोर्डाच्या परीक्षा जवळ आल्या होत्या, आणि तयारी व्यवस्थित नियोजित होती. गणितासाठी किती वेळ द्यायचा आणि भौतिकशास्त्र आणि इतर विषयांसाठी किती वेळ द्यायचा हे सर्व परिपूर्णरित्या नियोजित होतं. मध्येच कॉलेजमध्ये काही मध्यावधी परीक्षा आणि काही तयारी परीक्षा होत्या.

त्याचप्रमाणे, माझ्या ट्युशनमध्येही होत्या. जेव्हा परीक्षा असते, तेव्हा तुमच्या तयारीचा वेग अधिक वेगवान होतो. कॉलेजमधील किंवा ट्युशनमधील सर्व अंतर्गत परीक्षा माझी तयारी करण्यास मदत करत होत्या.

या दोन वर्षांत, माझा इतर नातेवाईकांशी संपर्क पूर्णपणे तुटला, अगदी माझ्या प्रिय आजी-आजोबांशी देखील जे कोळगावमध्ये राहत होते; कधी कधी, माझ्या आजी-आजोबा मला फोन करायचे आणि माझ्या अभ्यासाच्या तयारीबद्दल विचारायाचे . कधी कधी, ते दोघे अहमदनगरला येत असत, कदाचित नियमित तपासणीसाठी, विशेषतः माझ्या आजोबांसाठी. एके दिवशी, मी माझ्या क्लासेसमधून परत आलो आणि पाहिलं की ते आमच्या घरी आले होते. मला खूप आनंद झाला. मी घरात शिरलो, पण माझी आजी थोडी चिंताग्रस्त होती आणि म्हणाली, "तुझ्या आजोबांना विचार, ते कसे आहेत." त्यांना बरे वाटत नाही. मी त्यांच्या जवळ गेलो आणि विचारलं की काय झालं , कसं वाटतंय. त्यांनी सांगितलं की काल रात्री त्यांना पाठदुखी झाली होती. आणि आता त्यांच्या पाठीला त्रास आहे, आणि ते ठीक वाटत नाही असं म्हणाले मी म्हणालो की काळजी करू नका . आपण डॉक्टरांकडे जाऊ तुमची तब्येत ठीक होईल, तेव्हा परत कोळगावला जाऊ.

त्यांनी सांगितलं की तुझ्या काकांना बोलाव. माझे काका, माझ्या वडिलांचे भाऊ, आमच्या घराजवळ राहत होते. त्यानंतर, माझी आई आणि आजी त्यांच्यासोबत रुग्णालयात गेल्या. माझा लहान भाऊ घरी राहिला. आणि माझ्या कॉलेजमध्ये इंग्रजीची परीक्षा होती. परीक्षा लिहिताना, मी परीक्षेवर लक्ष केंद्रित

करू शकलो नाही कारण, गेल्या वेळी जेव्हा ते बरे नव्हते, माझी आजी आणि आजोबा रात्री उशिरा आलो होतो आणि त्यांना रुग्णालयात दाखल केले होते. तेव्हा मोबाईल नव्हते आणि काही संपर्क होऊ शकला नाही. आणि जेव्हा आम्हाला हे कळलं, तेव्हा आम्ही दुसऱ्या दिवशी त्यांना भेटलो. आणि आम्हाला कळलं की ते उशिरा आल्यामुळे, त्यांनी दोघांनी त्या रात्री सकाळपर्यंत काहीही खाल्लं नव्हतं. यामुळे मला खूप वाईट वाटलं. माळ थोडी स्वयंपाकाची आवड आहे आजही, जेव्हा मी कधी तरी किचनमधे काही बनवतो , तेव्हा मला त्यांची आठवण येते आणि मी त्यांना जेवण पाठवू शकलो नाही याचं मला दुःख होतं. कधी कधी, गोष्टी आपल्या हातात नसतात. त्यावेळी त्यांचे एक छोटे ऑपरेशन झाले होते आणि १०-१५ दिवस अहमदनगरमध्ये राहून ते परत कोळगावला गेले होते.

या वेळी, मी त्यांच्यासोबत राहायचे ठरवले, जे काही मदत लागेल ती करण्यासाठी. मी अर्धा तास आधीच परीक्षा पत्रिका सबमिट केली. आणि मी घरी परत आलो. मी पाहिले की माझ्या चुलत भावंडांपैकी एक रोहित स्कूल युनिफॉर्ममध्ये तिथे उभा होता; मी आश्चर्यचकित झालो की तो स्कूल युनिफॉर्ममध्ये तिथे कसा आहे. मी त्याच्याकडे जवळ गेलो, आणि काहीही बोलण्याआधीच त्याने सांगितले बाबा नाही राहिले. मी सुन्न झालो, नाही राहिले म्हणजे काय? म्हणजे सकाळी ज्यांच्याशी बोललो तो व्यक्ती संध्याकाळी नाही? ज्यांच्याशी माझ्या असंख्य बालपणाच्या आठवणी आहेत तो व्यक्ती अचानक गेला? ज्यांनी सर्व नातवंडांवर प्रेम केले आणि त्यांच्या सर्व छोट्या-छोट्या इच्छा पूर्ण केल्या तो व्यक्ती नाही? ज्यांनी संपूर्ण कुटुंब एकत्र केले तो व्यक्ती नाही? बाबा, मी तुमची वाट पाहत होतो. तुम्ही कधी हॉस्पिटलमधून परत याल आणि मी तुमच्यासोबत लहान मुलांसारखे खेळेल. हे सर्व अविश्वसनीय होते. माझे संपूर्ण बालपण क्षणात माझ्या डोळ्यांसमोर आले. मी घरात प्रवेश केला, आणि फोन वाजला. आमच्या एका नातेवाईकांनी तो घेतला. त्याने विचारले कसे झाले आणि काय झाले. माझ्याकडे त्या कॉलसाठी काही उत्तर नव्हते. मी त्या बातमीने धक्का बसलो होतो. मी त्यांना सांगितले की मी आत्ताच कॉलेजमधून आलो आहे आणि मला जास्त काहीही माहिती नाही. मग त्यांनी सांगितले ठीक आहे, आम्ही कोळगावला येतो .

काही वेळाने काही आमचे नातेवाईक आले, आणि त्यांनी आम्हाला कोळगावला नेले. आम्ही कोळगावला पोहोचलो. अनेक लोक जसे की शेजारी आणि इतर नातेवाईक देखील आले होते. ही पहिली वेळ होती जेव्हा मी खूप जवळच्या कोणाला गमावल्याचे अनुभवले. आम्ही संपूर्ण रात्री वाट पाहिली

जोपर्यंत सर्व नातेवाईक आणि जवळचे लोक आले. दुसऱ्या दिवशी अंत्यसंस्कार झाले.

माझ्या सराव परीक्षा कॉलेजमध्ये होत्या. मी माझ्या पालकांना सांगितले . मग, मी अहमदनगरला गेलो, आणि सुमारे ८ ते ९दिवस माझ्या मामांच्या घरी राहिलो. माझे घर बंद होते. कधी-कधी मी तिथे एकटाच जायचो. आणि कधी-कधी रडायचो. दहा दिवसांनी, आजोबांच्या जलदान विधीचा कार्यक्रम होता . मी पुन्हा कोळगावला गेलो. आणि त्या दिवशी आम्ही सर्वजण अहमदनगरला परतलो.
हा प्रसंग जानेवारीमध्ये झाला होता, आणि माझ्या बोर्डाच्या परीक्षा फेब्रुवारीमध्ये होत्या. मला त्याची तयारी करायची होती. आणि मग परीक्षा सुरू झाली; प्रत्येक परीक्षेनंतर, मी माझे गणिताचे शिक्षक घोणसे सर यांच्याकडे जायचो. ते मला विचारायचे की प्रत्येक प्रश्नासाठी मी परीक्षेत काय लिहिले. आणि मी काय सांगतो यावरून, ते भविष्यवाणी करायचे की या विषयात मी किती गुण मिळवू शकतो. परीक्षेनंतर, मला इंजिनिअरिंगसाठी प्रवेश घ्यायचा होता . त्या दिवसांत, इंजिनिअरिंगचे प्रवेश तुमच्या भौतिकशास्त्र, रसायनशास्त्र, आणि गणितातील गुणांवर आधारित होते.

परीक्षेनंतर, चर्चा सुरू झाली की कुठे प्रवेश घ्यायचा आणि कोणते कॉलेज सर्वोत्तम आहे. घोणसे सर सांगत होते की रिजिनल इंजिनीरिंग कॉलेज (REC) सर्वोत्तम आहेत. त्यांच्या भावाने REC मधून इंजिनिअरिंग पूर्ण केली होती. पुणे विद्यापीठात काही उत्कृष्ट कॉलेज होते जसे की COEP (कॉलेज ऑफ इंजिनिअरिंग पुणे), PICT (पुणे इन्स्टिट्यूट ऑफ कॉम्प्युटर टेक्नॉलॉजी), VIT (विश्वकर्मा इन्स्टिट्यूट ऑफ टेक्नॉलॉजी), MIT (महाराष्ट्र इन्स्टिट्यूट ऑफ टेक्नॉलॉजी) आणि सिंहगड कॉलेज, आणि इतर . वेगवेगळ्या शहरांतही काही कॉलेज होते. अहमदनगरमध्ये देखील एक इंजिनिअरिंग कॉलेज आहे. रिजिनल इंजिनीरिंग कॉलेज देशभरात प्रत्येक राज्यात आहेत. महाराष्ट्रात, नागपुरात आहे.

निकाल लागला, आणि मला बारावीत चांगले गुण मिळाले. तसेच, माझ्या पीसीएम गटाचे (भौतिकशास्त्र, रसायनशास्त्र, गणित) गुण चांगले होते, जे एखाद्या चांगल्या कॉलेज मध्ये ॲडमिशन साठी पुरेसे होते.

घोणसे सरांनी मला आणि काही इतर विद्यार्थ्यांना नागपूरहून REC (रिजिनल इंजिनीरिंग कॉलेज चे फॉर्म आणले. मी फॉर्म भरून अर्ज केला. मी पुणे विद्यापीठातही अर्ज केला होता. पुण्याचा पर्याय माझ्या वडिलांना ठीक वाटत होता कारण ते देखील पुण्यातील वाडिया कॉलेजमध्ये शिकले होते. पण ते मला नागपूर किंवा महाराष्ट्राबाहेरील इतर कोणत्याही शहरात पाठवायला तयार

नव्हते. सुरुवातीला मला ते आवडलं नाही. त्यांनी मला समजवण्याचा प्रयत्न केला की त्यांचे अनेक मित्र तेथे आहेत आणि पुणे हे त्यांच्यासाठी ओळखीचं शहर आहे. तसेच,पुणे हे फक्त ३ तासांचं अंतर होतं, जिथे ते लवकर पोहोचू शकत होते.

यानंतर, प्रवेश फेरी सुरु झाली. मला संगणक किंवा ईएनटीसी (इलेक्ट्रॉनिक्स आणि दूरसंचार) हवे होते. त्या दिवसांत, ईएनटीसीची खूपच क्रेझ होती. मी माझ्या पसंतीनुसार निवडीमध्ये महाविद्यालयांचे कोड क्रमांक उतरत्या क्रमाने लिहिले होते, जसे COEP, PICT, VIT, आणि MIT, आणि मला संगणक बरंच हवी होती. माझ्याकडे COEP चे प्रोडक्शन आणि मेटलर्जीचे पर्याय होते. त्यानंतर, PICT साठी IT उपलब्ध होते. मी हो म्हटलं. जेव्हा मी त्या हॉलमधून बाहेर आलो, तेव्हा मला हे चांगले निवडले का नाही याबद्दल स्पष्टता नव्हती. माझ्या चेहऱ्यावरची असमाधानता पाहून माझे वडीलही चिंतेत पडले.

आम्ही त्या महाविद्यालयाच्या परिसरात चालत असताना आम्हाला काही इथे मुले भेटली . त्यांचे पालक माझ्या वडिलांशी बोलत होते की त्यांनी कुठे प्रवेश घेतला आहे, आणि मला कळले की बरेच लोक ईएनटीसी सिंहगड आणि काही इतर महाविद्यालयात प्रवेश घेतले होते. मी अजूनही गोंधळात होतो कारण IT शाखा नवीन होती त्या वेळी. त्याचा काय व्याप्ती असेल ते मला माहीत नव्हते. मग एक माणूस तिथे भेटला आणि नेहमीप्रमाणे विचारले की तुम्हाला कुठे प्रवेश मिळाला. माझ्या वडिलांनी PICT म्हटलं. तो म्हणाला, "वा, इतक्या चांगल्या महाविद्यालयात प्रवेश मिळवणे सोपे नाही." माझ्या वडिलांनी ठरवले की आपण महाविद्यालयाला भेट देऊ. त्यांना पुण्यात प्रवास कसा करायचा हे खूप चांगले माहित होते. त्यांना कोणती बस पकडायची हे चांगले माहित होते. त्यांनी मला बसने नेले आणि आम्ही PICT कॉलेजच्या प्रवासाला सुरुवात केली. या महाविद्यालय आणि शाखेबद्दल मी जवळपास खात्री पटली होती. आम्ही कॉलेजमध्ये पोहोचलो आणि तिथे काही सुरक्षा रक्षक आणि काही वसतिगृह संचालक होते. माझ्या वडिलांनी त्यांना सांगितले की माझ्या मुलाने या कॉलेजमध्ये प्रवेश घेतला आहे आणि त्यांनी कॉलेजबद्दल चौकशी केली. तिथल्या लोकांनी कॉलेजबद्दल खूप चांगले अभिप्राय दिले आणि सांगितले की हे पुणे विद्यापीठातील दुसरे सर्वोत्कृष्ट महाविद्यालय आहे. येथे फक्त टॉप मार्क्स मिळवणारे विद्यार्थी प्रवेश घेतात. कॅम्पस इतका छान होता की मला त्याच्याशी प्रेम झाले. तिथल्या वसतिगृह संचालकांनी सांगितले की आमच्याकडे महाविद्यालयाच्या आतच वसतिगृह आहे आणि वसतिगृहासाठी आपल्याला भोजनालय देखील मिळेल. माझ्या वडिलांनी तपशील घेतले आणि माझ्या

वसतिगृहात प्रवेश घेण्यास तयार होते. पण तेव्हा सुमारे ७ वाजले होते, कार्यालय बंद होते आणि त्यांनी आम्हाला दुसऱ्या दिवशी येण्यास सांगितले. माझ्या वडिलांनी पुण्यात एक रात्र राहण्याचा विचार केला आणि दुसऱ्या दिवशी वसतिगृहात प्रवेश घेऊ. पण मग त्यांनी ठरवले की मी परत येईन आणि बाकीच्या औपचारिकता पूर्ण करीन. त्यांनी STD बूथवरून माझ्या आईला फोन करून सांगितले की मला प्रवेश मिळाला आहे आणि ती खूप आनंदी झाली. मी परतलो तेव्हा माझी आजीही तिथे होती. माझ्या घरात सगळे आनंदी होते कारण मला चांगल्या अभियांत्रिकी महाविद्यालयात प्रवेश मिळाला होता.

# 7

# वरिष्ठ महाविद्यालय - PICT (अभियांत्रिकी)

### कॉलेजपूर्वी:

सुट्ट्या अजून बाकी होत्या; मला माहीत होतं की या वेळी त्या लांबणार आहेत कारण प्रवेश प्रक्रियेला खूप वेळ लागला होता. सामान्यत: नवीन वर्ष जून किंवा जुलैमध्ये सुरू होते, परंतु या प्रवेश प्रक्रियेमुळे आणि इतर गोष्टींमुळे आमचं कॉलेज सप्टेंबरमध्ये सुरू होतं. आमच्या शेजारील एक सिनिअर मित्राच्या अनुभवावरून, मला समजलं की पहिली परीक्षा जानेवारीमध्ये होईल, त्यामुळे सेमेस्टर फक्त २ ते ३ महिन्यांचा असेल. परीक्षेपूर्वी तयारीची सुट्टी असते, त्यामुळे २ ते ३ महिन्यात तुम्हाला पाच विषयांची तयारी करावी लागेल आणि ते विषय मोठे होते. सुट्ट्यांमध्ये मला त्या विषयांच्या पुस्तकांची मिळाली, पाच विषय म्हणजे मॅथ्स , अप्लाइड सायन्स ,मेलानिकेल , सिविल आणि इलेक्ट्रिकल —ही पुस्तके जड होती. मी सुट्टीमध्ये शिकण्याचा प्रयत्न केला, म्हणजे कॉलेजला जाण्यापूर्वी, परंतु ते समजायला अवघड होतं.

शेवटी तो दिवस आला जेव्हा आम्हाला पुण्याला निघायचं होतं. मला अजूनही आठवतं की तो दिवस ५ सप्टेंबर २००२ होता . कारण तो माझा वाढदिवस होता. त्या दिवशी, माझ्या वडिलांनी मला टायटन घड्याळ भेट दिलं. ते महागडं होतं. ते घड्याळ माझ्या सोबत अनेक वर्षं होतं. जेव्हा आम्ही गेलो, तेव्हा पालक आणि विद्यार्थी, प्राचार्य आणि व्यवस्थापनाच्या लोकांची भाषण ऐकण्यासाठी

बसले होते. मग, फॉर्म भरण्याच्या आणि वसतिगृहाच्या वाटपाच्या औपचारिकता होत्या. त्या दिवशी मला वसतिगृह वाटप झालं, आणि सगळं सेट झाल्यानंतर माझ्या वडिलांना निघायची वेळ आली. त्यांनी माझ्यासाठी घड्याळ घेतलं, आणि स्वत:साठी मोबाईल घेतला, मला डायरेक्ट संपर्क साधायचा असेल तर मोबाईल वर करू शकेन यासाठी. वसतिगृहात सेट झाल्यावर, त्यांनी घराचा नंबर डायल केला, आणि मी माझ्या आईशी बोललो. तिचा आवाज ऐकताना मला जाणवलं की दिवसभर ती रडत होती कारण मी घर सोडलं आणि शहराबाहेर शिक्षणासाठी गेलो. कोर्स चार वर्षांचा होता. माझे वडील म्हणाले की शक्य असेल तेव्हा शनिवार आणि रविवार घरी ये.

त्या रात्री, मला माझा नवीन मित्र भेटला जो माझा रूममेट होता. तो मूळचा काश्मीरचा होता, पण बऱ्याच काळापासून बारामतीत राहात होता. दुसरा रूममेट माझ्या शहरातून होता.

आमचे सिनियर, पालक सगळे निघून गेले आहेत याची खात्री झाल्यानंतर आमच्या रूममध्ये आले आणि काहींनी ओळख मागितली. आणि थोडीशी रॅगिंग झाली. पण यामुळे आम्हाला होस्टेलमध्ये राहणाऱ्या काही सिनियरची ओळख झाली नाही. सिनियरनी आम्हाला एक शपथ दिली, पूर्ण नाही आठवत , परंतु त्याचा सारांश असा होता. मी, पहिल्या वर्षाचा विद्यार्थी, कोणत्याही सिनियरचा अपमान करणार नाही आणि कोणत्याही महिला सिनियरकडे वाईट नजरेने पाहणार नाही.

## पहिलं वर्ष: (२००२)

दुसऱ्या दिवशी आमच्या वर्गांची सुरुवात झाली आणि वसतिगृहातील मेस चांगली होती. किमान सुरुवातीला तरी. वर्गही चांगले होते. मला नवीन मित्र मिळाले. काहीजण जिवाभावाचे सवंगडी झाले , जसे की अजय, सचिन, भूषण, आणि सुदर्शन . प्रत्येक PICT विद्यार्थी बारावीपर्यंत अद्वितीय, समर्पित विद्यार्थी होता. पण इंजिनिअरिंग वेगळं आहे, आणि हे पहिलं वर्ष खूपच आव्हानात्मक होतं. कॉलेज उशिरा सुरू झाल्यामुळे आमचे अकॅडमिक्स फक्त एक किंवा दोन महिन्यांसाठी होते , आणि त्यानंतर आम्हाला सुमारे १८ दिवसांची तयारी सुट्टी मिळाली. मी अजूनही हे ठरवत होतो की १८ दिवसांत हा अभ्यासक्रम कसा पूर्ण करायचा, जेव्हा बारावीचा अभ्यासक्रम मी पूर्ण वर्षभर अभ्यास करत केला होता.

मग परीक्षा झाली आणि निकाल लागला. मी पाचही विषयांमध्ये नापास झालो
. कल्पना करा, एकदा तुम्ही ८०% पेक्षा जास्त गुण मिळवले आणि सर्व विषयांत
नापास झालात. माझे वडील चिंतित होते की हे कसे घडत आहे. किमान सर्व
विषयांमध्ये मी निदान पास व्हायला हवे होते. तुम्ही कॉलेजमध्ये स्वतःची ओळख
करून देता की तुम्ही ८०% पेक्षा जास्त गुण मिळवले आहेत आणि जेव्हा कुणीतरी
विचारतं की तुम्ही किती विषयांत पास झाला आहात आणि तुम्ही म्हणता की
एकही नाही. तेव्हा लोक तुमच्याकडे वेगळ्या दृष्टिकोनातून बघतात. तुम्हाला
तुमच्या करिअरबद्दल अधिक गंभीर होणं आवश्यक आहे. काही लोक हुशार
होते. त्यांना माहीत होतं की या गोष्टी लपवायच्या आहेत. मी काही लोकांना
ओळखतो जे काही विषयांमध्ये पास झाले होते, पण त्यांनी कुणालाही सांगितलं
नाही आणि त्यांनी आपल्या अभ्यासाकडे लक्ष लक्ष केंद्रित केलं. सुरुवातीला मला
वाटलं की हे चुकीचं आहे, पण नंतर मला समजलं की "कुछ तो लोग कहेंगे,
लोगों का काम है कहना," तुमची स्वप्नं महत्त्वाची आहेत, आणि तुम्हाला ती
जपण्याची गरज आहे. जर तुमच्या अपयशाची बातमी पसरली तर लोक तुम्हाला
सहानुभूती देतात किंवा कधीकधी ते तुमच्याकडे गुन्हेगारासारखं पाहतात. यामुळे
तुमची ऊर्जा कमी होते. त्यामुळे ज्यांनी वास्तविक निकाल सांगितला नाही त्यांनी
ज्या विषयांत नापास झाले आहेत त्यावर काम केलं. आणि त्यातून बाहेर पडले.
मी माझ्या अपयशावर लक्ष केंद्रित करत होतो, आणि पुढील सेमेस्टरमध्ये, मी
काहीच चांगलं करू शकलो नाही. मी पुन्हा नापास झालो. मी वर्षभर मागे पडलो.
माझ्या अभ्यासाच्या इतिहासात हे पहिल्यांदाच घडलं की मी एका वर्षात नापास
झालो होतो आणि पुढील वर्षासाठी मला कॉलेजला जायचं नव्हतं.

यशस्वी लोकांना माहित असतं की ते कुठे मागे आहेत, पण ते त्यांच्या
चांगल्या गोष्टींवर लक्ष केंद्रित करतात, पण अपयशी लोकांना माहित असतं की
ते कुठे चांगले आहेत, पण ते त्यांच्या कमकुवत गोष्टींवर लक्ष केंद्रित करतात. या
वेळी, मी दुसरा व्यक्ती होतो.

# पहिलं वर्ष ड्रॉप: (२००३-०४)

मला हा निकाल मिळाल्यानंतर, मी ठरवलं की पुढील वर्ष माझ्या गावी
अहमदनगरला घालवू. इथे राहण्याचा आणि वसतिगृहाच्या मेसचा खर्च वाचवू.
मला आनंद होता की आता माझ्याकडे विषयांची तयारी करण्यासाठी आणि
सुधारण्यासाठी पुरेसा वेळ होता. अहमदनगरमध्ये काही ट्यूशन्स उपलब्ध होत्या

कारण तिथे एक इंजिनिअरिंग कॉलेज होतं. मी इंजिनिअरिंग ड्रॉइंग, इंजिनिअरिंग मेकॅनिक्स, आणि गणितासाठी ट्यूशन्स जॉइन केल्या. याचा मला खूप फायदा झाला. मी सहा विषयांमध्ये नापास झालो होतो. त्या वर्षात मी तयारी केली, आणि पहिल्या सेमेस्टरच्या गॅप मध्ये , मी परीक्षा दिली आणि पाच विषयांत पास झालो. याचा अर्थ मी पुढील वर्षात जाण्यास पात्र होतो. दुसरं वर्ष होतं, मी आनंदी होतो, आणि माझे वडीलही आनंदी होते. उर्वरित अर्ध्या वर्षात, मी पुढील वर्षात काहीतरी शिकण्यासाठी आणखी काही क्लासेस जॉइन केले, कारण पुढील वर्षात मला प्रोग्रामिंग चे विषय होते , त्यामुळे मी C आणि C++ शिकलो. मी हार्डवेअर क्लासेस देखील जॉइन केले. हा ६ महिन्यांचा कोर्स होता ज्यामध्ये मी CPU चे अंतर्गत कार्य समजून घेतलं, आणि आता मी माझं स्वतः मशीन फॉरमॅट करू शकतो आणि कोणतीही इंस्टॉलेशन करू शकतो. माझ्या वडिलांनी मला एक नवीन संगणक देखील घेतला , जो पुण्यात माझ्या शिकण्याच्या ठिकाणी नेण्यात येणार होता.

## दुसरे वर्ष:

माझे वडील पुण्यात फ्लॅटमध्ये गुंतवणूक करण्याचा विचार करत होते. त्यामुळे मी तिथे राहू शकेन आणि काही रूम पार्टनर्स घेऊ शकेन, जे आम्हाला भाडे देतील. आम्ही एका इस्टेट एजंटच्या मदतीने काही फ्लॅट्स पाहिले आणि आमच्या कॉलेजच्या जवळचा एक फ्लॅट फायनल केला. मी एका-दोन आठवड्यात तिथे शिफ्ट झालो, आणि माझा संगणकही आला. माझे वर्ग कॉलेजमध्ये चालू होते आणि चांगले चालू होते. मी जवळपास सर्वकाही समजून घेतलं आणि या वर्षी प्रोग्रामिंगसाठी चांगली तयारी केली होती. तसेच, पहिल्या सेमिस्टरसाठी पुरेसा वेळ होता. हा वेगळा वर्ग होते वेगळ्या विद्यार्थ्यांसोबत कारण मागील वर्षी मला वर्षाचा ड्रॉप लागला होता. माझे सहाध्यायी तिसऱ्या वर्षात गेले होते, आणि मी दुसऱ्या वर्षात होतो. त्यामुळे, या नवीन मित्रांसोबत आणि नवीन उत्साहाने, मी पहिल्या सेमिस्टरची परीक्षा दिली आणि या वेळेस फक्त एकच विषय मागे राहिला. माझे चार विषय आणि प्रॅक्टिकल्स पास झाले. आणि हा खूपच चांगला निकाल होता.

दुसऱ्या वर्षाच्या दुसऱ्या सेमिस्टरमध्ये काही कठीण विषय होते जसे की गणित-३, मायक्रोप्रोसेसर्स, आणि डेटा स्ट्रक्चर्स आणि फाइल्स. मी यासाठी क्लासेस जॉइन केले. पण तरीही, मला त्याची योग्य तयारी करण्यात अडचण येत होती.

मी तयारीच्या सुट्टीत अभ्यास केला, परंतु पुन्हा काही विषयांमध्ये मी नापास झालो आणि मला आणखी एक वर्षाचा ड्रॉप लागला. मला हे माझ्या पालकांना सांगायची हिंमत नव्हती. त्यामुळे, मी माझ्या मित्राला, तुषारला फोन केला, जो अहमदनगरमध्ये होता. आणि मी तणावग्रस्त होतो. तुषारने लगेच मला घरी येण्यास सांगितलं. मी माझ्या पालकांना माझ्या निकालाबद्दल सांगण्यासाठी फोन केला आणि अहमदनगरला, माझ्या घरी गेलो.

## दुसरा वर्ष ड्रॉप आणि तिसरे वर्ष

माझ्या पालकांना याची आधीच कल्पना होती, त्यामुळे त्या दिवशी मला कुणीही काही बोलले नाही. पण दुसऱ्या दिवशी माझ्या वडिलांनी मला विचारले की काय चुकले आहे: "तू तुझं करिअर बदलणार आहेस का? कारण या गतीने तुझं इंजिनिअरिंग पूर्ण होण्यासाठी आठ वर्ष लागतील." शेवटी, मी ठरवलं की पुन्हा पुण्यात परत जाऊन, तिथे राहून अभ्यास करूया. मी पुन्हा काही क्लासेस जॉइन केले. त्या वेळी, आमच्याकडे इंटरनेट कनेक्शन होतं. मी संगणकासमोर बसून बराच वेळ घालवायचो.

माझ्या एका वर्गमित्राने मला एका गटाशी जोडले, जे नेटवर्क मार्केटिंग उत्पादने विकत होते. हे उत्पादन प्रशिक्षण साहित्याबद्दल होते जसे की मायक्रोसॉफ्ट वर्ड, पॉवरपॉइंट, आणि एक्सेल, मग प्रोग्रामिंग भाषा जसे की C, C++, आणि HTML. आणि ३५ एमबी वेब स्पेस. याची किंमत सुमारे ७००० होती. मला नेटवर्क मार्केटिंग करण्यात रस नव्हता, पण मला ते उत्पादन आवडले, जे मला मिळवायचे होते. पण हे मित्र मला त्यांच्या नेटवर्क मार्केटिंग सेमिनारला बोलवायचे, आणि त्यांना मला तिथे सामील व्हायला सांगायचे, जेणेकरून त्यांचे नेटवर्क वाढू शकेल. नेटवर्क मार्केटिंग म्हणजे उत्पादन विकणे आणि ग्राहकाला विक्रेता बनवणे.

मी एकही उत्पादन विकू शकलो नाही, पण मी या उत्पादनाचा पूर्ण वापर केला. मी प्रशिक्षण CD बघत असे. माझ्याकडे वेब स्पेसही होती, ज्यावर मी वेबसाइट तयार केली. वेबसाइट तयार करण्यासाठी तांत्रिक ज्ञानाची गरज नाही हे मला समजले . होस्टिंग सेवा तुम्हाला एक कंट्रोल पॅनेल देते, जसे MS वर्डमध्ये मजकूर आणि प्रतिमांसह दस्तऐवज तयार करणे. ते इतके सोपे होते. पण मला मिळालेल्या वेब स्पेसने मला माझा स्वतःचा डोमेन दिला नाही. जसे www.amolujagare.com, ते होते www.examplesite.com/xyz/

amolujagare. तुमच्याकडे वेबसाइट असल्यास, Google त्यांच्या जाहिरातींना तिथे ठेऊ देतो , आणि कुणी त्यावर क्लिक केल्यास, तुम्हाला पैसे मिळतात. याला AdSense प्रोग्राम म्हणतात. पण मला वैयक्तिक डोमेन हवा होता जसे www.amolujagare.com. मी असा डोमेन कसा मिळवायचा हे शोधू लागलो आणि एक वेबसाईट वर तो मला मिळाला. जो वार्षिक सुमारे ३००० रुपये देऊन मिळत होता . त्या वेळी डिजिटल पेमेंट खूप कमी होते. लोक फक्त रोख पैसेच पसंत करायचे. पण तुम्हाला बाहेर पैसे पाठवायचे असल्यास. कॅश बँकेत जमा करणे किंवा चेक किंवा डीडी पाठवण्याचा पर्याय होता. मी डीडी तयार केला आणि त्यांना दिलेल्या पत्त्यावर पाठवला. मग मला होस्टिंग मिळालं, आणि कंट्रोल पॅनेल खूप सोपं होतं. मी त्यासोबत बराच वेळ खेळलो, आणि जवळजवळ सर्वकाही समजलं.

या काळात, मी डॉ. कुमार विश्वास यांची कविता ऐकू लागलो. मला शायरीची आवड निर्माण झाली. मी शायरी लक्षात ठेवायचो. कधीकधी लिहीतही असे. एके दिवशी, माझ्या मनात एक कल्पना आली, आणि ती एक अप्रतिम कथा होती. मी त्यावर एक पुस्तक लिहायला सुरुवात केली आणि ते पूर्णही केले. मला ते प्रकाशित करायचे होते. मी विंडोजमध्ये असलेल्या मूवी मेकरच्या मदतीने त्याचा व्हिडिओ ट्रेलर तयार केला. उत्कृष्ट मजकूर, छान संगीत, आणि काही सुंदर दृश्यांसह. त्या वेळी, ओरकूट हे एकमेव सोशल मीडिया होतं. त्या काळात, मी काही चित्रे आणि सुंदर वेबसाइट लिंक तयार केल्या आणि बरेच ऑनलाइन मार्केटिंग केले. २००६ मध्ये, सोशल मीडिया मार्केटिंगची संकल्पना नव्हती, पण मी ते केल्यावर मला ते खूप प्रभावी वाटले. जरी ओरकट नवीन होते, तरी त्यावर खूप लोक होते. जवळजवळ सर्व आमचे महाविद्यालयीन विद्यार्थी अनेक समुदायांमध्ये होते, आणि बरेच इतर महाविद्यालये त्याच्याशी जोडलेले होते. माझ्या वेबसाइटच्या आणि सुंदर प्रतिमांच्या मदतीने, मी मोठ्या प्रमाणात लोकांपर्यंत पोहोचलो.

मी प्रकाशनाबद्दल माहिती गोळा करण्याचा प्रयत्न केला, पण त्या वेळी, मला फारशी माहिती मिळाली नाही. मी ती विडिओ ट्रेलर ची CD काही प्रकाशकांना पाठवली. त्यातील बरेचजणांनी प्रतिसाद दिला नाही. एकाने फोन करून सांगितले की आम्हाला ही कल्पना आवडली नाही; तुमच्याकडून पाठवलेली CD परत घ्या. एका प्रकाशकाने मला हस्तलिखित आणून त्यांच्या ठिकाणी भेटण्यास सांगितले. ते म्हणाले की संपादक ते वाचतील, आणि त्यांना ते चांगले वाटले तर ते प्रकाशित करतील. संपादकाचे शुल्क ५०० रुपये होते. मी हस्तलिखित सोपवले आणि प्रकाशन गृहातून बाहेर पडलो. काही दिवसांनी मला माझ्या कुरिअर आणि

एक पत्र मिळाले. "प्रिय लेखक, आम्ही तुमचे हस्तलिखित पुनरावलोकन केले आहे पण ते आमच्या संपादकीय निकषांमध्ये बसत नसल्यामुळे आम्ही ते प्रकाशित करू शकत नाही."

अनावधानाने, मी पुन्हा अभ्यासाकडे दुर्लक्ष केले. माझ्याकडे चांगले मित्र होते सर्वजण दुसऱ्या वर्षाच्या गॅपमध्ये अकॅडमिक्सवर लक्ष केंद्रित करत होते. मी फक्त नेटवर्क मार्केटिंग मीटिंग्स आणि पुस्तक प्रकाशित करण्याच्या विचारात होतो, ऑनलाइन ओरकटवर मार्केटिंग करत होतो. आणि पुन्हा अभ्यासाकडे दुर्लक्ष करत होतो . इंजिनिअरिंगमध्ये, तुम्हाला तुमच्या अभ्यासावर अधिक लक्ष केंद्रित करणे आवश्यक आहे. मला आठवतंय एकदा आमचे एचओडी म्हणाले होते, "फक्त चांगलं काम पुरेसं नसत जेव्हा याहून चांगल्याची अपेक्षा असते आणि सर्वोत्तम शक्य असते."

शेवटी परीक्षा होत्या. मी त्यांना हजर झालो. निकालाच्या आधी, मला अपयशाची भीती वाटत होती. मला माहित होतं की पुन्हा नापास झालो तर मी माझ्या पालकांना सामोरे जाऊ शकत नाही. माझ्या वडिलांना माझ्याकडून थोड्या अपेक्षा होत्या. पण मी पुन्हा नापास झालो तर मी काय करणार? हा विचार मला त्रास देत होता. त्यामुळे मला नैराश्य आले आणि मी विचार केला, पुन्हा नापास झालो तर आयुष्य संपवूया. पण आता प्रश्न असा होता की कसा. नुकताच मी एक नाटक पाहिला ज्यात एका कैद्याला मृत्यूची शिक्षा देण्यात आली होती. त्या नाटकात दाखवलं होतं की त्याला विष देण्यात आलं होतं. त्याने विचारले की वेगवान मृत्यू कसा मिळवायचा. जेलर म्हणाला चालत राहा त्यामुळे विष लवकर पसरतील आणि तुला जलद मृत्यू मिळेल. दुसरा मार्ग म्हणजे झोपेच्या गोळ्या, परंतु कोणताही वैद्यकीय व्यक्ती डॉक्टरांच्या प्रिस्क्रिप्शनशिवाय तुम्हाला झोपेच्या गोळ्या देणार नाही.

अखेर निकालाचा दिवस आला, आणि आम्ही निकाल पाहण्यासाठी कॉलेजला गेलो. मी माझा निकाल पाहिला, आणि मी नापास झालो. सगळ्यांनी आपले निकाल घेतले. त्यांनी कदाचित अपेक्षित आणि उत्कृष्ट निकाल मिळवले असतील. मी नापास झालो. मी एकटाच घरी चालत आलो, आणि मध्ये एक किराणा दुकानात, मी एक झुरळ मारायचे औषध घेतले. मी खोलीत गेलो, आणि थोडेसे प्यायले. चव तशी चांगली नव्हती. नाटकात ऐकले होते तसा मी चालू लागलो, जणू विष पटकन शरीरात पसरून मला लवकरच मृत्यू येईल. उलटी होऊ लागली आणि शक्ती कमी होऊ लागली. मी बेडवर जाऊन झोपलो. आता मला जाणवले की आयुष्य संपणार आहे, आणि काही वेळाने माझे बालपण आणि संपूर्ण

आयुष्य एका क्षणात डोळ्यासमोर येऊ लागले. मी रडू लागलो.

तेव्हा, माझा जवळचा मित्र, भूषण याचा फोन आला. त्याने विचारले, "काय करतो आहेस?" त्याला माहित होते की मी नापास झालो आहे; कदाचित सगळे मित्र एकत्र बसून निकालावर चर्चा करत होते, आणि अचानक त्यांना आठवले की अमोल कुठे आहे. मी म्हणालो, "काही नाही." त्याने विचारले, "कोणी तुझ्यासोबत आहे का?" मी म्हणालो, "नाही." मग त्याने विचारले, "माझा भाऊ तिथे आहे का?" मी म्हणालो, "नाही, तो नाहीये." मग त्याने विचारले, "तू एकटाच का गेलास कॉलेजमधून?" त्याने आग्रह केला की मी त्याच्या रूमवर यावे. कदाचित त्याला वाटले की मी विचलित झालो आहे. तो पुन्हा पुन्हा आग्रह करत होता की मी त्याच्या रूमवर यावे. पण शेवटी मी सांगितले की मी विष प्यायले आहे. त्याने म्हटले, "तू काय केलेस? काहीही झाले तरी, आपले आयुष्य महत्वाचे आहे, आणि अशा मूर्ख कारणासाठी आपण ते गमावू नये." त्याने फोन ठेवला.

मी परत बेडवर जाऊन झोपलो. पाच मिनिटांत, माझा मित्र राहुल दरवाजावर ठोठावला. तो माझा रूममेट होता. भूषणने त्याला आधी संपर्क करण्यासाठी फोन केला असावा. त्याने माझ्या जवळ येऊन माझ्या तोंडाचा वास घेतला. तो विषाचा वास होता, आणि त्याने म्हटले, "चल माझ्यासोबत." बाहेर पाऊस पडत होता, म्हणून त्याने माझे रेनकोट घेतले आणि माझ्यावर घातले. त्याने दरवाजा बंद केला, आणि आम्ही बाहेर पडलो. मग मी २-३ गाड्या पाहिल्या. सचिन, भूषण, आणि इतर काही मित्र तिथे होते, आणि त्यांनी मला एका बाईकवर बसवले. आणि डॉक्टरांकडे नेले.

त्यांनी डॉक्टरांना सांगितले की त्याने विष घेतले आहे. डॉक्टरांनी माझ्या डोळ्यात टॉर्च लावून पाहिले आणि पाहिले की माझ्या डोळ्यांच्या बुबुळांचा आकार वाढत आहे. त्यांनी म्हटले, "आम्ही त्याला वाचवू शकतो. त्याला त्वरित उपचार देऊया." मग, मला दुसऱ्या खोलीत हलवले.

माझ्या जवळ एक दुसरा डॉक्टर आला. त्याने आपल्या टीमला सांगितले की हे गेल्या पाच वर्षांतील दुसरे प्रकरण आहे. त्याने माझे नाव विचारले. आणि त्याने माझ्याशी बोलायला सुरुवात केली. "अमोल, आम्ही तुझ्या नाकातून एक पाईप टाकणार आहोत. तो तुझ्या घशात जाईल; तो गिळून टाक." मग, मी तसे केले. पाईप गिळताना मी उलटी करू लागलो. मग, त्या पाईपमधून दुसरे औषध, पोटॅशियम, टाकले. आणि त्याच पाईपमधून विष काढायला सुरुवात केली. काही वेळाने त्यांनी मला दुसऱ्या हॉस्पिटलच्या आयसीयूमध्ये हलवले. तिथे, त्यांनी माझे कपडे बदलले. आणि उपचार सुरू राहिले. काही वेळ मी बेशुद्ध होतो, आणि

त्यानंतर मला भ्रम निर्माण होऊ लागले.

सुरुवातीला, मला वाटले की मी आयुष्याच्या पलीकडे जात आहे, आणि काही देवदूत मला न्यायला आले आहेत. मग, मला अशा गोष्टी दिसू लागल्या ज्या कोणीही पाहू नयेत. मला दिसले की आपल्या शहरात एक स्फोट झाला आहे. माझे घर सापडत नव्हते. मी माझ्या भावाला पाहिले आणि त्याच्यासोबत चालू लागलो, पण मला माहित नव्हते की कुठे. कधी कधी, मला असे वाटत होते की मी ट्रेनमध्ये आहे आणि माझ्याकडे तिकीट किंवा पैसे नाहीत. मग माझ्याकडे डॉक्टर आला, आणि मी त्याला विचारले, "तू मला मदत करशील का? मी या ट्रेनमध्ये आलो आहे, आणि कोणीतरी माझा वॉलेट चोरला आहे. माझ्याकडे पैसे नाहीत, तू मला मदत करशील का?" त्याने म्हटले, "हो, पण आता तू झोप." मग तो परत गेला. माझे हात आणि पाय बेडवर बांधलेले होते. तरीही, मी उठून डॉक्टरला शोधत होतो की तो कुठे गेला. जेव्हा जेव्हा मी उठायचो, तेव्हा एक नर्स माझ्याकडे बघून ओरडायची , "अमोल! झोप."

मला आश्चर्य वाटले की तिला माझे नाव कसे माहित आहे. मी तिथे जवळजवळ चार दिवस होतो; प्रत्येक दिवस एक नवीन भयप्रद स्वप्न होता. मी हलू शकत नव्हतो. वैद्यकीय उपकरणांचा त्रासदायक आवाज होता. आणि प्रत्येक दिवस मला नवीन भयानक भ्रम दिसत होते . मला वाटत होते की मी पूर्णपणे अडकलो आहे, आणि मला तिथून कसे सुटायचे ते माहित नव्हते.

शेवटी, मी आयसीयूमध्ये जे झाले होते ते पूर्णपणे विसरून गेलो.पण हॉस्पिटल पाहताना, मला वाटले की हे एक मारोरुग्ण हॉस्पिटल आहे, आणि मला काही मानसिक समस्यांमुळे येथे दाखल केले आहे. मला आठवत नाही की मी इथे कधी आलो. हे तुरुंगासारखे वाटत होते . आणि काही नातेवाईक आणि काही मित्र मी पाहत होतो. पण मला समजत नव्हतं की येथे काय चालले आहे. आणि माझी अखेर माझी मनाची समजूत पक्की झाली कि मी मानसिक हॉस्पिटलमध्ये आहे आणि मला दुसऱ्या चांगल्या मानसिक हॉस्पिटलमध्ये हलवले पाहिजे . एका सकाळी, माझी आई आली, आणि मी रडू लागलो. मी तिला म्हटले की मला दुसऱ्या मानसिक हॉस्पिटलमध्ये घेऊन जावी. मग तिने म्हटले, "थांब, तुला कोणतीही मानसिक समस्या नाही. तुला आठवते का तू काय केले?" मग, मी हळूहळू आठवले की काय झाले होते. तीन दिवस लागले, आणि मी सर्व आठवले आणि बरे झाले. त्यानंतर, मला एका खाजगी खोलीत सात दिवसांसाठी हलवले आणि मग डिस्चार्ज केले.

आम्ही अहमदनगरला परतत होतो. मला कल्पना नव्हती की माझ्या करिअरचे काय होणार. माझे वडील मला इंजिनीरिंग सुरू ठेवू देतील का, किंवा मी आणखी काय करणार आहे. मला काहीच कळत नव्हते. जेव्हा मी घरी पोहोचलो, तेव्हा माझ्या वडिलांनी शहाणपणाने म्हटले, "तू जे सुरू केले आहेस, ते पूर्ण कर. यश म्हणजे सर्वोत्तम असणे आणि शर्यत जिंकणे नव्हे. यश हे सुरु केलेली शर्यत पूर्ण करणे आणि सर्वात वाईट प्रसंग कुशलतेने हाताळने हे आहे." याने मला प्रेरणा मिळाली .

हा माझा नवा जन्म होता . काही महिन्यांपूर्वी पूर्वी, मी डेल कार्नेगीचे पुस्तक "हाऊ टू स्टॉप वरींग अँड स्टार्ट लिव्हिंग" विकत घेतले होते, पण कधीच वाचले नव्हते. यावेळी, मी ते पुस्तक उघडले आणि वाचायला सुरुवात केली. हे पहिले प्रेरणादायी पुस्तक होते जे मी पूर्णपणे वाचले कारण प्रत्येक शब्द आणि वाक्य माझ्याशी संबंधित होते. हळू हळू मला समजायला लागले की मी काय चुकीचे करत होतो. मी शिकलेल्या गोष्टी लागू करण्याचा निर्णय घेतला.

त्या वर्षी, मी पुन्हा अभ्यास केला आणि परीक्षा दिली. आणि नंतर मी पास झालो.

मी तिसऱ्या वर्षाला गेलो. त्या वर्षी, मला गूगल ॲडसेन्सचा चेक सुमारे ४२००/- रुपयांचा मिळाला. हा माझ्या आयुष्यातील पहिला कमाईचा अनुभव होता.

# 8

# विपश्यना

काही वर्षांपूर्वी, माझे वडील विपश्यना शिबिराला गेले होते. दहा दिवसांच्या ध्यान शिबिरात, तुम्हाला दहा दिवस मौन पाळावे लागते आणि ध्यान शिकायला मिळते. तिथून, त्यांनी काही पुस्तके आणि ऑडिओ कॅसेट्स आणल्या. एक कॅसेट ओशोच्या व्याख्यानाची होती. बारावीतल्या सुट्ट्यांमध्ये, मी ती कॅसेट वारंवार ऐकत होतो. हळूहळू, मला ध्यानाचा संकल्पना आणि त्याचे फायदे समजायला लागले.जेव्हा मी इंजिनिअरिंगच्या तिसऱ्या वर्षात होतो, मला माझा एक मित्र अजय सुद्धा विपश्यना शिबिराला गेला होता. आम्ही वर्षाच्या पहिल्या सत्राच्या परीक्षेच्या तयारीसाठी ध्यानावर चर्चा करत होतो. आम्ही ध्यानाचा सराव करत होतो. त्यामुळे, परीक्षेनंतर ध्यान शिबिराला जायचे ठरवले. आम्ही तिथे जाण्यासाठी बुकिंग केले, आणि आणखी एक मित्र, सचिन, आमच्यासोबत सामील झाला. शिबिर सुरू होण्याच्या एका दिवस आधी जावे लागले. पुण्याच्या कॉर्पोरेशन बस स्टँडवरून मार्कळ ला जाण्यासाठी दुपारी २ वाजता बस होती, जेथे ध्यान शिबिराचे ठिकाण होते. रिपोर्टिंग वेळ ४:३० वाजता होती. आम्ही कॉर्पोरेशन बस स्टँडवर पोहोचलो. आणि मग आम्हाला बस मिळाली. आमच्यासोबत ध्यान शिबिरासाठी काही विदेशी लोक होते. आम्ही तिथे साधारणपणे ४:३० वाजता पोहोचलो, आणि मग नोंदणी सुरू झाली. आम्हाला एक फॉर्म दिला गेला ज्यात तपशील आणि काही आपत्कालीन संपर्क भरायचे होते.फॉर्म भरल्यानंतर, आम्ही आमचे मोबाइल आणि इतर मौल्यवान वस्तू सुपूर्द केल्या. फक्त आमचे कपडे आणि दैनंदिन गरजांसाठी लागणाऱ्या वस्तू, जसे की साबण, तेल आणि कंगवा, आमच्यासोबत घेता येतात.

त्यांनतर, एक सत्र आयोजित केले गेले, ज्यात त्यांनी दैनंदिन वेळापत्रक आणि नियम-शिस्त सांगितली. पहिला महत्वाचा नियम होता मौन पाळणे, म्हणजे तुम्ही कोणाशीही बोलू शकत नाही, अगदी हावभावानेही नाही. वाचन नाही. लेखन नाही, व्यायाम किंवा योग नाही ,दहा दिवस.

आमचे वेळापत्रक खालीलप्रमाणे होते:

- सकाळी ४:०० वाजता: सकाळची जागे होण्याची घंटा
- सकाळी ४:३०-६:३० वाजता: सभागृहात किंवा आपल्या खोलीत ध्यान करा
- सकाळी ६:३०-८:०० वाजता: नाश्ता
- सकाळी ८:००-९:०० वाजता: सभागृहात समूह ध्यान
- सकाळी ९:००-११:०० वाजता: शिक्षकांच्या सूचनेनुसार सभागृहात किंवा आपल्या खोलीत ध्यान करा
- सकाळी ११:००-१२:०० वाजता: दुपारचे जेवण
- दुपारी १२:००-१:०० वाजता: विश्रांती आणि शिक्षकांसोबत मुलाखत
- दुपारी १:००-२:३० वाजता: सभागृहात किंवा आपल्या खोलीत ध्यान करा
- दुपारी २:३०-३:३० वाजता: सभागृहात समूह ध्यान
- दुपारी ३:३०-५:०० वाजता: शिक्षकांच्या सूचनेनुसार सभागृहात किंवा आपल्या खोलीत ध्यान करा
- संध्याकाळी ५:००-६:०० वाजता: चहा
- संध्याकाळी ६:००-७:०० वाजता: सभागृहात समूह ध्यान
- संध्याकाळी ७:००-८:१५ वाजता: सभागृहात शिक्षकांचे प्रवचन
- संध्याकाळी ८:१५-९:०० वाजता: सभागृहात समूह ध्यान
- रात्री ९:००-९:३० वाजता: सभागृहात प्रश्नोत्तरे
- रात्री ९:३० वाजता: आपल्या खोलीत परत जा-लाइट्स बंद

त्याव्यतिरिक्त, कपड्यांच्या धुण्याच्या सेवेसाठी आगाऊ पैसे भरावे लागतात. तसेच, साबण, तेल किंवा इतर गरजांसाठी पैसे जमा करता येतात. हे कसे मिळवता येईल जेव्हा तुम्हाला बोलण्याची परवानगी नाही? आम्हा सर्वांना वेगवेगळ्या खोल्यांमध्ये वाटप केले होते, आणि आमच्या खोल्या क्रमांक होते, त्यामुळे जेव्हा तुम्हाला काही हवे असेल, भोजन कक्षात, तिथे एक कागदाचा

तुकडा असेल, ज्यावर तुम्हाला तुमच्या खोलीचा क्रमांक आणि आवश्यक वस्तू लिहायच्या असतात.महत्वाची गोष्ट म्हणजे संध्याकाळी जेवण नव्हते, पण ५:०० वाजता काही फळे आणि दूध किंवा चहा दिला जातो.सर्व सूचना दिल्यानंतर, त्यांनी म्हटले की. दहा दिवस तुम्हाला आम्ही सांगत असलेली साधना कशी करायची ते शिकवू . या ध्यान साधनेला पूर्ण न्याय द्या, आणि दहा दिवसानंतर, तुम्हाला ठरवायचे आहे की हि साधना पुढील जीवनात उपयोगात आणायची की नाही.शेवटी, प्रशिक्षक म्हणाले की तुम्ही ठाम असाल की तुम्ही इथल्या नियम आणि शिस्तीसह राहणार आहात, तर तुम्ही राहू शकता. जर तुम्हाला आत्ताच सोडायचे असेल, तर आम्ही तुमच्या निर्णयाचा सर्वात आदर करू. कारण एकदा तुम्ही आत प्रवेश केला की, तिथे एक सीमा असेल, तुम्ही बाहेर जाऊ शकणार नाही. आणि कोणीही तुम्हाला जाण्याची किंवा हे ठिकाण सोडण्याची परवानगी देणार नाही जोपर्यंत तुम्ही दहा दिवसांचे ध्यान शिबिर पूर्ण करत नाही.आम्ही तिथे राहण्याचा आधीच निर्णय घेतला होता आणि मला या तपशीलांची पूर्ण कल्पना असल्यामुळे या ठिकाणाबद्दल काही प्रश्न नव्हते, फक्त दहा दिवस पूर्ण करायचे होते.

त्यांनतर, आम्हा सर्वांना धम्म सभागृहात नेले गेले. आणि आम्हाला एक आसन मिळाले. हे आसन प्रत्येकासाठी निश्चित होते. दररोज, आम्हाला त्याच आसनावर ध्यान करायचे होते. एक शिक्षक आमच्या समोर बसले होते. मग, त्यांनी एक ऑडिओ संदेश वाजवला. हा ऑडिओ संदेश आचार्य एस.एन. गोयंकांचा होता. घोषणेत म्हटले, "विपश्यना म्हणजे गोष्टी जशा आहेत तशा पाहणे. या दहा दिवसात आम्ही तुम्हाला ध्यान तंत्र शिकवणार आहोत. हि प्राचीन विद्या आहे."

जेव्हा त्यांनी 'विद्या' हा शब्द म्हटला माझ्या अंगावर एक रोमांच उभा राहिला . त्यांनतर, त्यांनी पुढे सांगितले. "तुम्हाला विपश्यना शिकवली जाईल, त्यामुळे दहा दिवस तुम्ही या विद्येला पूर्ण न्याय द्या. दहा दिवसांनंतर, तुम्ही ठरवू शकता की हे ज्ञान स्वीकारायचे की नाही. तसेच, ज्ञान कोणावर लादले जाऊ शकत नाही. त्यामुळे, तुम्हाला तुमच्या शिक्षकाला ही विद्या (ज्ञान किंवा तंत्र) देण्याची विनंती करावी लागेल. तर, चला आपण आपल्या शिक्षकाला ही विद्या मिळवण्याची विनंती करूया."

त्यानंतर, आम्ही पाली भाषेत काही श्लोक वाचले.ज्याचा अर्थ होता "हे गुरु , कृपया आम्हाला ही विद्या द्या." आम्ही त्यांच्या मागे पुनरावृत्ती केली. त्यानंतर त्यांनी आम्हाला एक ध्यान शिकवले ज्याचे नाव होते अनापान साधना. जिथे आम्हाला श्वासाकडे लक्ष द्यायला सांगितले. श्वास आत घेताना, श्वास बाहेर

जाताना त्याच्याकडे लक्ष ठेवायला सांगितले. याचा अर्धा तास सराव केल्यानंतर, त्यांनी विश्रांतीसाठी निवासस्थानाकडे जाण्याची विनंती केली. दुसऱ्या दिवशी सकाळी, आमचे ध्यान शिबिर सुरू होणार होते.

## पहिला दिवस

दुसऱ्या दिवशी सकाळी ४:०० वाजता मी उठलो. काही धम्म सेवक आमच्या खोलीजवळ घंटा वाजवत येत असत. ते आम्हाला उठवण्यासाठी सतत घंटा वाजवत असत. सकाळी ४:०० ते ४:३० वाजता आम्हाला ध्यान सभागृहात जायची तयारी करावी लागत असे. सकाळी ४:३० ते ६:०० वाजता आम्हाला मागील दिवशी शिकलेले ध्यान साधनेचे अनुसरण करण्यास सांगितले जात असे. हे ६:३० वाजेपर्यंत चालू असे. ६:०० ते ६:३० वाजता आचार्य एस.एन. गोयंका यांच्या प्रार्थनेचे रेकॉर्ड प्ले केले जात असे. ६:३० ते ८:०० वाजेपर्यंत विश्रांती असत. या वेळेत आम्ही स्नान आणि नाश्ता करू शकत होतो. त्यानंतर आम्ही पुन्हा ध्यान सभागृहात परतत आणि ध्यान साधना करत असत. हे पूर्ण दिवस असेच चालू रहात असे आणि शेवटी सभागृहात प्रवचन असत. हे आमचे आचार्य एस.एन. गोयंका यांचे हिंदी भाषेत मोठ्या स्क्रीनवर चालणारे प्रवचन होते. ज्यांना हिंदी समजत नाहीत त्यांच्यासाठी इंग्रजी भाषेत प्रवचन दुसऱ्या खोलीत दाखवले जात असे. आणि मराठी भाषेत प्रवचनासाठी एक वेगळी खोली होती.

या सत्रात त्यांनी चर्चा केली की ध्यान साधनेच्या पहिल्या दिवशी काय घडले. आपले शरीर आणि मन खूप अस्थिर असते. एक साधे काम म्हणजे आपल्या श्वासावर लक्ष केंद्रित करणे, श्वास आत घेताना आणि बाहेर सोडताना त्यावर लक्ष ठेवणे. आणि ते देखील कठीण होते. त्यांनी जळलेल्या कोळशावर पाणी ओतल्यावर होणाऱ्या तीव्र प्रतिक्रियेचे उदाहरण दिले. आपल्या मनाचेही तसेच असते. जेव्हा आपण आपल्या मनाला शांत राहण्यास सांगतो, तेव्हा तेही तशाच प्रकारे प्रतिक्रिया देते.

त्यानंतर, त्यांनी स्पष्ट केले की आपण येथे आपल्या मनावर खोल शस्त्रक्रिया करण्यासाठी आलो आहोत. साधारणपणे, जेव्हा एखादा शल्यचिकित्सक शस्त्रक्रिया करतो, तेव्हा तो रुग्णाला ऑपरेशन थिएटरमधून बाहेर जाऊ देत नाही कारण ऑपरेशन सुरु असताना बाहेर जाणे खूप हानिकारक ठरू शकते. त्यामुळे आपल्या मनाची शस्त्रक्रिया सुरु झाली आहे आणि येथे, रोचक बाब म्हणजे ऑपरेशन करणारे आपणच आहोत. आणि हे ऑपरेशन बेहोशीशिवाय होणार आहे,

त्यामुळे अधिक वेदना होणार आहेत. मार्ग कठीण असेल पण पळून जाऊ नका. साधारणपणे लोक दुसऱ्या दिवशी किंवा सहाव्या दिवशी पळून जायची इच्छा करतात. कारण शेड्यूलमध्ये बदल होत असतात. आणि चौथ्या दिवशी तुम्हाला विपश्यना दिली जाईल, त्यानंतर पाचव्या दिवशी आपण वेदनांविषयी बोलणार आहोत, त्यामुळे सहाव्या दिवशी पळून जाण्याची इच्छा होऊ शकते. त्यामुळे या दोन दिवशी सावधान राहा.

त्यानंतर, त्यांनी स्पष्ट केले की ध्यान साधनेसाठी श्वासोच्छ्वास का निवडला आणि एखादा शब्द का नाही. कधी कधी लोक काही विशिष्ट प्रतिमा कल्पून ध्यान करतात. त्यांनी स्पष्ट केले की जर आपला अंतिम उद्देश लक्ष केंद्रीत करणे असता, तर त्या तंत्रांचा उपयोग झाला असता. पण आपला अंतिम उद्देश फक्त लक्ष केंद्रीत करणे नसून आपल्या मनातील सर्व अशुद्धता दूर करणे आहे. आणखी एक कारण म्हणजे जर कोणी विशिष्ट शब्द वापरत असेल किंवा कोणतीही प्रतिमा कल्पत असेल, तर त्या व्यक्तीच्या धर्माशी संबंधित शब्द किंवा प्रतिमा असेल. त्यामुळे श्वासोच्छ्वास हा सार्वत्रिक आहे, त्यामुळे सर्वजण कोणत्याही जाती धर्माचे असले तरी याचा अनुसरण करू शकतात.

आणि पुढील सत्रात आम्हाला खूप शिकायला मिळाले.

## दिवस 2 & 3

दुसऱ्या दिवशी, आम्ही थोडे अधिक जागरूकतेसह तेच सराव चालू ठेवले. आम्हाला सांगितले होते की जेव्हा श्वास घेताना आणि सोडताना लक्ष केंद्रीत करता, जर तुमचे मन भटकले तर तुम्ही ते शांतपणे परत साधनेत आणावे कारण आपले मन हत्तीप्रमाणे आहे. जर आपण हत्तीला योग्य प्रकारे प्रशिक्षण दिले तर तो उपयुक्त ठरेल. परंतु जर एखादा अप्रशिक्षित हत्ती जंगलात सोडला तर तो विनाश करू शकतो.

एका दिवशी, सकाळी तीन वाजता, आम्हाला श्वास घेताना आणि सोडताना आपल्या संवेदनांकडे लक्ष देण्यास सांगितले. तापमानातील फरक म्हणजे आपण श्वास घेताना नाकपुड्यांमध्ये थंडावा जाणवतो. श्वास सोडताना, नाकपुड्यांमध्ये थोडा उष्णता जाणवते. त्याच दिवशी संध्याकाळी, त्यांनी आम्हाला नाकपुड्या आणि वरच्या ओठाच्या दरम्यानच्या क्षेत्रातील संवेदनांवर लक्ष केंद्रित करण्यास सांगितले. कोणतीही संवेदना आली तरी त्यावर प्रतिक्रिया देऊ नये. ती सुखद संवेदना असू शकते किंवा दुःखद संवेदना असू शकते. हा सराव आम्ही तिसऱ्या

दिवशीही चालू ठेवला.

## चौथा दिवस - विपश्यना दिवस

हा दिवस विपश्यना दिवस होता. या दिवशी विपश्यना तंत्र आम्हाला दिले गेले. या दिवशी, आमचा सराव चालू होता आणि निर्देशांचे ऑडिओ रेकॉर्ड सुरु झाले. आपल्या नाकापासून सुरुवात करून, त्यांनी आम्हाला तेथील संवेदनांवर लक्ष केंद्रित करण्यास सांगितले. आणि हळूहळू, आम्हाला आपले लक्ष पूर्ण चेहऱ्याकडे वळवावे लागले. त्यानंतर डोक्याकडे. मग, डावा आणि उजवा हात, छाती, पोटाकडे. मग, पाठीकडे, पाठीच्या वरच्या भागापासून ते पायाच्या बोटांपर्यंत आणि दुसऱ्या पायाकडे. आम्हाला जे काही संवेदन होते त्यावर लक्ष केंद्रित करायचे होते. ती सुखद संवेदना असो किंवा दुःखद संवेदना, आम्हाला त्याकडे बघायचे होते.

आपले शरीर लाखो पेशींनी बनलेले आहे. प्रत्येक पेशी सतत निर्माण होते आणि नष्ट होते. आणि आपले संपूर्ण शरीर सतत बदलत असते. कधी कधी बदल सुखद असतो आणि कधी कधी असुखद असतो. पण सुखद संवेदना आणि असुखद संवेदना दोन्हींसाठी एक समान वैशिष्ट्य आहे, ते म्हणजे बदलाव . सुखद संवेदना येते आणि जाते, आणि असुखद संवेदना येते आणि जाते. जर आपण हा सराव चालू ठेवला तर आपले शरीर आणि मन हळूहळू हे समजायला लागेल.

तृष्णा दोन प्रकारची असते. जेव्हा काही चांगले घडते तेव्हा आपण नेहमी असे वाटतो की मला आणखी हवे आहे; आणखी हवे आहे. आणि जेव्हा काही वाईट घडते तेव्हा आपण सतत स्वतःला सांगत असतो की मला हे नको आहे, हे नको आहे. या दोन स्थितीला आसक्ति आणि विरक्ति असे म्हणतात. त्यामुळे तृष्णा ही सर्व विकारांची (रोगांची) मुख्य कारणे आहेत. पाच विकार (रोग) आहेतः काम (वासना), क्रोध (राग), लोभ , भय, मोह (आसक्ति). जेव्हा तुम्ही तृष्णेपासून मुक्त व्हाल, तेव्हा तुम्ही विकारांपासून (रोगांपासून) मुक्त व्हाल.

## दिवस 5 ते 9

आता आम्ही विपश्यना शिकले असल्यामुळे, आम्ही अखंड आणि सातत्याने पूर्ण दिवस सराव करण्यास सुरुवात केली. जेव्हा आपण आपल्या संवेदनांकडे लक्ष देतो, तेव्हा संपूर्ण शरीरात विद्युत प्रवाहासारख्या संवेदना जाणवू लागतात.

परंतु पुन्हा, आपण या संवेदनांशी आसक्ति करू नये कारण त्या तात्पुरत्या असतात, काही वेळानंतर त्या निघून जातात. हेच आपले जीवन आहे. कधी कधी आपल्याला वेदना होतात. कधी कधी आपल्याला आनंद होतो. जेव्हा आपल्याला वेदना होतात, तेव्हा आपण इतके त्रस्त होतो की आम्ही ती पुन्हा कधीही नको असे म्हणतो; त्याचप्रमाणे जेव्हा आपल्याला आनंद होतो, तेव्हा आपल्याला अधिक हवे असते. विपश्यना म्हणजे गोष्टी जशा आहेत तशा बघणे. या तंत्रामध्ये, तुमच्या संपूर्ण शरीराचे परीक्षण सुरू होते, चेहऱ्यापासून पायापर्यंत. तुम्हाला एक अनुक्रम पाळावा लागेल. कोणताही अनुक्रम तुम्ही निवडू शकता, पण तुम्हाला अनुक्रम पाळावा लागेल कारण आपल्याला आपल्या शरीराचा कोणताही भाग दुर्लक्षित राहू नये. दोन ते तीन दिवसांत, हे तंत्र तुम्हाला अधिक खोलवर नेईल. केवळ शरीराच्या पृष्ठभागाच्या पातळीवरच नव्हे तर तुम्ही तुमच्या शिरा आणि इतर अंतर्गत भागांमध्येही संवेदना जाणवू लागाल. आपल्या शरीरातील अनेक भाग आपल्याच्या थेट नियंत्रणात असतात. परंतु आपल्या शरीरातील अनेक अंतर्गत भाग आपल्या थेट नियंत्रणात नसतात. ते आपल्या इंद्रियांच्या संवेदनांना प्रतिसाद देतात: दृष्टि, आवाज, वास, चव, आणि स्पर्श. जर आपल्याला सुखद किंवा असुखद दृश्ये/आवाज/वास/चव किंवा स्पर्श मिळाले, तर आपल्या अंतर्गत अवयव तदनुसार प्रतिसाद देतात, सुखद किंवा असुखद संवेदना निर्माण करतात. जर आपण या संवेदनांना जाणून घेतले, तर आपण आपल्या प्रतिक्रियांचे व्यवस्थापन करू शकतो. आणि हळूहळू, आपल्या सवयीचे पॅटर्न बदलतात.

## दहावा आणि अकरावा दिवस

हा आमच्या ध्यान शिबिराचा शेवटचा दिवस होता. कोणासाठीही त्यांच्या कामामधून , त्यांच्या ऑफिसमधून, त्यांच्या व्यवसायामधून किंवा त्यांच्या अभ्यासामधून सलग दहा दिवस वेळ काढणे आव्हानात्मक आहे. परंतु जेव्हा कोणी हे करते, तेव्हा अनुभव अद्भुत असतो. या दिवशी, लोकांना धम्म सभागृहाबाहेर बोलण्याची परवानगी देण्यात आली. यामागे एक कारण आहे कारण जेव्हा तुम्ही सलग दहा दिवस शांत राहता. तेव्हा जेव्हा तुम्ही बाहेरच्या जगात जाता तेव्हा विचित्र आणि असाधारण अनुभव येऊ शकतात. जसे कि, जेव्हा तुम्ही कोणतीही शस्त्रक्रिया पूर्ण झाल्यावर, तुम्ही काही दिवस रुग्णालयातच राहता. कारण जखम नुकतीच बरी झालेली असते, तिची काही दिवस काळजी घेतली पाहिजे. आम्ही नवीन मित्रांशी बोलू लागलो. तेथे प्रवचनांची

पुस्तके आणि सीडींचे प्रदर्शन होते. मी काही पुस्तके आणि काही सीडीज विकत घेतल्या जेणेकरून विपश्यना सराव करण्यासाठी मला संदर्भ मिळेल.

त्या दिवशी रात्री, सर्व लोक एकत्र आले, आम्ही चर्चा केली, गाणी गायली, आणि आमच्या कहाण्या शेअर केल्या. काहींनी काही नाटकांचे सादरीकरण केले. मी देखील शाहरुख खानच्या "परदेश" चित्रपटातील एक संवाद सादर केला आणि काही शायरी शेअर केल्या.

पुढचा दिवस अकरावा दिवस होता, आम्हाला सकाळी दोन तासांचे प्रवचन होते. आम्हाला मेट्टा साधना नावाचे ध्यान शिकवले गेले. हे एक प्रकारचे ध्यान आहे जेव्हा तुम्ही विपश्यना करता, सुखद संवेदना मिळवता, आणि नंतर विश्वासाठी प्रार्थना करता. तुम्ही सर्वांना चांगले सकारात्मक ऊर्जा पाठवता. तुमच्या मित्रांना, सहकाऱ्यांना, आणि विश्वातील सर्व जिवंत आणि निर्जीव गोष्टींना, प्राण्यांना आणि पक्ष्यांना.

त्यानंतर, त्यांनी आम्हाला नाश्ता दिला, आणि नंतर आम्हाला विपश्यना केंद्रातून बसने कॉर्पोरेशन बस स्टँडवर नेले. तिथून मी पुन्हा अहमदनगरला गेलो.

मला आठवते की प्रत्येक एक तासाच्या अनिवार्य विपश्यना साधनेच्या सत्रानंतर, आमचे शिक्षक आचार्य एस.एन. गोयंका यांच्या मंत्रोच्चाराचा रेकॉर्ड प्ले करत असत. बुध्दांना ज्ञान मिळाल्यावर त्यांनी म्हटले:

अनेकजातिसंसारं, सन्धाविस्सं अनिब्बिसं।
गहकारं गवेसन्तो, दुक्खा जाति पुनप्पुनं
गहकारक दिट्ठोसि, पुन गेहं न काहसि।
सब्बा ते फासुका भग्गा, गहकूटं विसङ्खतं।
विसङ्खारगतं चित्तं, तण्हानं खयमज्झगा

अनेक जन्म अनेक जीवन मी या घराच्या (शरीराच्या) बांधणाऱ्याचा शोध घेत होतो आणि पुन्हा पुन्हा जन्म घेत होतो. पण जो पर्यंत हे माहित होत नाही कि माझ्यासाठी हे घर कोण बनवते , ते पुन्हा पुन्हा जन्म घेणे हे किती दुःखदायक आहे.मग माझ्या लक्षात आले कि तो मीच आहे जो विचार जागवतोय तो मीच आहे जो विकार जागवतोय तो मीच आहे जो तृष्णा जागवतोय.हे घर बांधणाऱ्या ! आता मी तुला पाहिलेले आहे . आता, तू माझ्यासाठी पुन्हा घर बांधू शकत नाहीस.कारण तुझे घर बांधण्याचे सर्व आधार पूर्णपणे नष्ट झाले आहेत.संस्कार रहित चित्ता मुळे तृष्णा नष्ट झाली आहे . आणि तृष्णा हेच विकारांचे मूळ कारण आहे.ज्या दिवशी हि तृष्णा नष्ट होते त्या दिवशी सर्व विकार नाहीसे होतात

मी पुढील दोन सलग वर्षांमध्ये आणखी दोन वेळा हे विपश्यना शिबिर अटेंड केले.

# 9

# अभियांत्रिकीचे अंतिम वर्ष

तिसऱ्या वर्षातलं शिक्षण पूर्ण झालं आणि आता अंतिम वर्ष सुरू होतं. आमच्या कॉलेजमध्ये, अंतिम वर्षाच्या पहिल्या सेमिस्टरमध्ये कंपन्या येऊन प्लेसमेंट देत असत. PICT हा टॉपर्स आणि हुशार लोकांचा ठिकाणा होता. माझ्यासारखे काही लोक होते ज्यांचे अनेक गॅप्स आणि बॅकलॉग्स होत्या. तरीही, मी ज्या कंपन्यांसाठी पात्र होतो त्यातल्या प्रत्येक कंपनीला प्रयत्न करण्याचा निर्णय घेतला.

मी अप्टीट्यूड टेस्टच्या तयारीसाठी खूप मेहनत घेतली. या वर्षी, मला मनीष, सागर, लोकेश आणि प्रकाश यांच्यासारखे चांगले मित्र मिळाले, जे जरा उनाड आणि बिनधास्त होते पण जेव्हा अभ्यासाची वेळ येत होती तेव्हा ते अभ्यासही करत होते. मी २ ते ३ कॅम्पस इंटरव्ह्यू दिले, पण त्यात पास होण्यात कमी पडलो. वर्षाच्या उर्वरित सत्रात, आम्ही अभ्यास केला, प्रोजेक्ट तयार केला, आणि खूप मजा केली. जर तुमच्याकडे एक चांगला ग्रुप असेल तर तुम्ही आपोआपच प्रेरित होतात.

या वर्षी, मी पहिल्या सेमिस्टरमधील सर्व विषयांमध्ये यश मिळवलं. आता दुसऱ्या सेमिस्टरची वेळ आली आणि माझ्याकडे कोणतेही बॅकलॉग नव्हते. मला फक्त चालू वर्षाचे विषय अभ्यासावे लागले. मला आठवते की आम्ही एका खोलीत १० जण जमत असू आणि त्या परीक्षेच्या विषयावर चर्चा करायचो, याची मला परीक्षेला उत्तीर्ण होण्यात मदत झाली. आतापर्यंत, मी काही चुका केल्या होत्या आणि मला काही धडे शिकायला मिळाले होते . हे शिकायला मिळालं की तुम्ही

लिखाण सुरू केले की थांबू नका. परीक्षे अगोदर, मी वाचन आणि चर्च द्वारे भरपूर अभ्यास केला , ज्याची मला खूप मदत झाली.

आमच्याकडे एक वैकल्पिक विषय होता, AI म्हणजे आर्टिफिशियल इंटेलिजन्स. तो समजून घेण्यासाठी खूपच कठीण होता, पण आम्हाला एका झेरॉक्स दुकानातून काही चांगले नोट्स मिळाले. माझ्या अनेक मित्रांनी ते मागितले आणि त्याचा फायदा घेतला. माझ्या एक मैत्रीण कविताने ते तिच्या एका मैत्रिणीसाठी मागितले तिने मला कॉल केला. मी नोट्स घेऊन गेलो आणि तिची मैत्रीण झेरॉक्स काढून नोट्स मला परत देणार होती . पण, पॉवर कट असल्यामुळे झेरॉक्स करणे शक्य नव्हते. त्यामुळे तिच्या मैत्रिणीने आणि मी फोन नंबर एक्सचेंज केले आणि मी परत लायब्ररीत अभ्यास करण्यासाठी गेलो. तिच्या मित्राचे नाव वैशाली होते.

परीक्षेचा अंतिम पेपर संपला आणि बाहेर मोठी आतिषबाजी सुरू झाली. आम्ही एक DJ आणला आणि २-३ तास जल्लोष करत होतो. आमच्या ग्रुपसाठी, आम्ही पांढरे टी-शर्ट घेतले होते. विचार असा होता की अंतिम परीक्षेच्या नंतर, आम्ही त्या टी-शर्टवर काही संदेश लिहू. त्या दिवशी सर्वांनी एकमेकांच्या टी-शर्टवर रंगीबेरंगी मार्करने विविध संदेश लिहिले.

सर्व उत्सव संपला आणि आम्ही शांतपणे झोपलो, आणि दुसऱ्या दिवशी उठलो. कॉलेज पूर्ण झालं, पण आता तर आमची खरी परीक्षा सुरू होणार होती. मला आठवते की आमच्या HOD ने एकदा सांगितले होते की कॉलेजच्या शिक्षणात आणि जीवनाच्या शिक्षणात फरक आहे; कॉलेजमध्ये तुम्ही आधी धडा शिकता आणि नंतर परीक्षा देता. पण जीवना तुमची आधी परीक्षा घेते आणि नंतर तुम्ही धडा शिकता

काही दिवसांनी, आम्हाला निकाल मिळाला. आणि मी सर्व विषयांमध्ये पास झालो होतो.

माझ्या वडिलांनी सांगितल्याप्रमाणे, यश म्हणजे सर्वोत्तम असणे आणि शर्यत जिंकणे नव्हे. यश हे सुरु केलेली शर्यत पूर्ण करणे आणि सर्वात वाईट प्रसंग कुशलतेने हाताळने हे आहे.

अशा प्रकारे, माझ्या जीवनाची एक शर्यत संपली होती .

# 10

# नोकरी संघर्ष

चित्रपट 'रंग दे बसंती' मध्ये आमिर खानचा एक संवाद होता, जो कॉलेजच्या गेटच्या आतला होता. "कॉलेजच्या गेटच्या आतमध्ये आपण आयुष्याला नाचवतो, पण गेटच्या बाहेर आयुष्य आपल्याला नाचवतं." कॉलेज नंतर माझ्याबरोबरही असंच काहीसं झालं. मी मुलाखतींसाठी खूप तयारी केली होती. शेवटच्या वर्षातच मी एप्टीट्यूड टेस्ट क्लास जॉइन केला होता. इथे मी विविध HR प्रश्नांसाठी तयारी केली जसे की, आपल्याबद्दल सांगा, आपली स्ट्रेंथ आणि विकनेस काय आहेत? आम्ही आपल्याला का निवडावे? आपल्याला काही प्रश्न आहेत का? आम्ही मुलाखतीसाठी कसे कपडे घालायचे, कसे बोलायचे, कसे वागायचे हे देखील शिकलो. याशिवाय, IT अभियंता म्हणून मी प्रोग्रामिंग संबंधित तांत्रिक प्रश्नांसाठी देखील तयारी केली. आणि मग, मी अनेक मुलाखती दिल्या. मी मुलाखतीच्या सुरुवातीच्या फेऱ्या पार करीत होतो. पण शेवटच्या फेरीत बाहेर पडायचो आणि जॉब साठी सिलेक्शन व्हायचे नाही . कधी माझे तांत्रिक ज्ञान अपूर्ण होते, तर कधी कंपन्यांना माझे शैक्षणिक गॅप्स आवडत नव्हते. इंजिनिअरिंग पूर्ण झाल्यानंतर ७ ते ८ महिने झाले होते, पण मी नोकरीशिवाय होतो. एके दिवशी, माझ्या वडिलांनी एका संस्थेची जाहिरात पाहिली जी IT मधील लोकांना प्रशिक्षण देत असे आणि तिथे नोकरीची हमी होती. त्यांनी मला तिथे चौकशी करण्यास सांगितले. मी तिथे गेलो आणि मला समजले की ते कोर जावा आणिऍडव्हान्स जावा कोर्सेस आणि प्रोजेक्ट शिकवतात . मी तो क्लास जॉइन केला. क्लास पूर्ण होण्यासाठी सुमारे २ ते ३ महिने लागले, आणि मग मी पुन्हा नोकरी शोधायला सुरुवात केली.

सामान्यतः, विद्यार्थी इंजिनिअरिंग पूर्ण केल्यानंतर नोकरी शोधण्यासाठी विविध मार्ग असतात . जसे की, वेगवेगळ्या कंपन्यांना कव्हर लेटर आणि प्रोफिल पाठवणे. विविध कन्सल्टन्सीजना भेट देणे. काही कन्सल्टन्सीज तुम्हाला पहिल्या पगाराचे शुल्क घेऊन अपॉइंटमेंट देऊ शकतात. आम्ही सर्व सिनियर ला संपर्क करत होतो जे आधीच काम करत होते, आणि आमचे प्रोफाइल्स वितरीत करत होतो. मी हे सर्व केले.

आम्ही एकदा ग्रुपमध्ये एका जॉब फेअरला गेलो. पण तिथे खूप मोठी गर्दी होती. २-३ मित्रांना संधी मिळाली आणि त्यांनी मुलाखत दिली. बहुतेक नोकऱ्या कॉल सेंटर आणि तांत्रिक सहाय्यासाठी होत्या. आम्ही सर्वांनी विविध काउंटरवर आपल्या अर्ज सादर केले. आणि आम्ही परतलो. त्या दिवशी सचिनने आपले पहिले द्विशतक (२४ फेब्रुवारी २०१०) केले तोच हा दिवस होता .

माझ्या अनेक मित्रांना कॅम्पस इंटरव्ह्यूद्वारे नोकरी मिळाली होती. काहींना कॉलेज पूर्ण झाल्यानंतर नोकरी मिळाली. आणि काही मित्र अजूनही नोकरीशिवाय होते. आम्ही सर्वांनी संपर्कात राहायचे ठरवले जेणेकरून कोणतीही नोकरीची संधी आली की आम्ही एकत्र जाऊ शकू.

एके दिवशी, मला एका ओपनिंगची माहिती मिळाली. मी माझ्या सर्व मित्रांना संपर्क केला. काहींना फोन केला आणि काहींना संदेश पाठवला. मग मला आठवले की, कविताने ओळख करून दिलेली वैशाली सुद्धा नोकरी शोधत असावी. म्हणून, मी तिला या ओपनिंगबद्दल सांगण्यासाठी फोन केला. पण तिने सांगितले की मी आधीच टेक मॅक्स (इंजिनीरिंग च्या पुस्तकाचे प्रकाशन) कंपनीत टेक्निकल एडिटर म्हणून काम करत आहे, आणि ती म्हणाली पण मला अजूनही IT कंपनीत जाण्याची इच्छा आहे. माझ्या काही करिअर गॅप्स आहेत, त्यामुळे मी नोकरी मिळवू शकेन का? मी म्हणालो, ते काहीही फरक पडत नाही. आपण प्रयत्न करत राहिले पाहिजे. मग त्या दिवशी संध्याकाळी आम्ही भेटलो. तिच्या करिअरमधील अपयश, आणि इतर अनेक गोष्टींबद्दल बद्दल चर्चा केली. मला तिच्या करिअरबद्दलचा दृष्टिकोन आणि तिच्या कामाप्रतीची निष्ठा आवडली.

आम्ही बऱ्याच वेळा भारती विद्यापीठाजवळ भेटलो. आम्ही कधी कधी बनेश्वरला आणि कधी तळजाईला जात असू. आम्ही चांगले मित्र होतो.

मी मुलाखती देत राहिलो, पण मला अजूनही माझी निवड होत नव्हती. एके दिवशी, मला एका कन्सल्टन्सीचा फोन आला, आणि त्या कन्सल्टन्सीतील कोणीतरी सांगितले की आमच्या भागीदार कंपनीत एक ओपनिंग आहे. आपण

मुलाखत देण्यास इच्छुक असाल का? मी होकार दिला. काही कन्सल्टन्सीज उमेदवाराकडून शुल्क घेत नाहीत. ते कंपनीकडून शुल्क घेतात. ही दुसऱ्या प्रकारची कन्सल्टन्सी होती. माझी टेलिफोनिक मुलाखत ठरली होती. ही माझी पहिली टेलिफोनिक मुलाखत होती. मला पहिला कॉल भारत कार्यालयातून आला. आणि मुलाखत झाली. ती फक्त प्राथमिक फेरी होती. मला तीन प्रश्न विचारले गेले.

१. आपल्या बद्दल सांगा

२. दुसरा प्रश्न तर्कसंगत होता. ९ बॉल आहेत, त्यापैकी एक बॉल जड आहे आणि बाकीचे एकसमान वजनाचे आहेत. किती प्रयत्नांमध्ये तुम्ही जड बॉल शोधाल?

३. मला एक जावा प्रोग्राम लिहून पाठविण्यास सांगितले गेले

पहिल्या प्रश्नाचे मी अनेक वेळा उत्तर दिले असल्यामुळे तो काही मोठा प्रश्न नव्हता. मी एप्टीट्यूड क्लास लावल्यामुळे दुसरा प्रश्न सुद्धा सोडवू शकलो. तिसरा प्रोग्राम तुलनेने सोपा होता. मी तो देखील केला आणि पाठविला.

काही दिवसांनी, आणखी एक फेरी ठरली. हा कॉल यूएसमधून होता, आणि कॉल कंपनीच्या सीईओकडून होता. मी वेळ दिली. आणि शेवटी, मला तो कॉल आला. मुलाखत खूप अनौपचारिक होती. नेहमीप्रमाणे, त्याने मला स्वतःबद्दल सांगायला सांगितले. सामान्यतः, जिथे मी मुलाखत दिली आहे , ते नेहमी "आपल्या बद्दल सांगा" पासून सुरू होते आणि नंतर काही मूलभूत प्रोग्रामिंग बद्दल प्रश्न विचारतात. आणि मग हळूहळू प्रश्नांची कठीणता वाढवतात.

पण ही मुलाखत वेगळी होती. त्याने मला सर्व काही सांगायला सांगितले. आपण शाळेत काय केले, विज्ञान क्षेत्र का निवडले, इंजिनिअरिंग का निवडले, आणि आपण काही केले असल्यास ते सर्व सांगायला सांगितले. हा एक अनपेक्षित प्रश्न होता, आणि मी त्यासाठी तयार नव्हतो. मी प्रयत्न केला, माझ्या शाळेच्या जीवनाबद्दल, विज्ञानातील आवडीबद्दल सांगितले, आणि इंजिनिअरिंगचा उल्लेख केला. मी एक वेबसाइट तयार केली होती, आणि मला Google AdSense मिळाले होते. वेबसाइट HTML मध्ये होती, आणि AdSense कोड JavaScript मध्ये होता. जेव्हा आपण त्या JavaScript कोडला आपल्या वेबसाइटवर ठेवता, तेव्हा आपण जाहिराती पाहता. त्या वेळी, जाहिराती आपल्या वेबसाइटवरील सामग्रीशी संबंधित असत. मग त्याने विचारले की Google ने कोणत्या जाहिराती ठेवायच्या हे कसे ओळखले? मी या प्रश्नासाठी तयार नव्हतो. त्याने उत्तर दिले, आणि त्याने त्या प्रश्नाचे उत्तर थोडक्यात समजावून सांगितले. आणि मग संवाद

सुरू झाला. तो काही खूपच अप्रासंगिक गोष्टी विचारत होता, ज्याला मी तयार नव्हतो किंवा मुलाखतीत अपेक्षित नव्हत. संवाद १ तास चालला. मध्यरात्री, मला वाटले की मला या कंपनीत नोकरी मिळणार नाही. पण मग त्याने दोन शेवटच्या प्रश्नांसह कॉल संपविला.

१. एका हॉलीवूड चित्रपटात, दोन अभिनेते एका लॅपटॉपमधील बॉम्ब डिफ्यूज करण्याचे काम करतात. त्यांना ३ लिटरचा जार आणि ५ लिटरचा जार दिला जातो. त्यांना ४ लिटर पाणी ठेवावे लागेल, अन्यथा बॉम्ब ५ मिनिटांत डिफ्यूज होईल. ३ आणि ५ लिटर जार वापरून ४ लिटर कसे मोजाल?
हे असे काहीतरी होते जे मी आधीच तयार केले होते. मी एप्टीट्यूड क्लासमध्ये हे आधीच शिकलो होतो आणि पूर्वी असेच एक समस्या सोडवली होती. म्हणून, ३ ते ४ मिनिटांत मी हे काम पूर्ण केले.

२. दुसरा प्रश्न म्हणजे एक जावा प्रोग्राम लिहिण्याचे काम. वापरकर्त्याने m x n मॅट्रिक्सचे इनपुट घेतले आहे, आणि तुम्हाला मॅट्रिक्सचा स्पायरल ट्रॅव्हर्सल प्रिंट करायचा आहे.

हे प्रोग्रामिंग जाणकारांसाठी आव्हानात्मक होते. त्याने मला हे काम सादर करण्यासाठी तीन दिवस दिले.

खूप प्रयत्नानंतर, मी हे काम २ दिवसांत पूर्ण केले आणि सादर केले.मग, अंदाजे दहा दिवसांत मला त्यांच्या बाजूने फोन आला की त्यांनी मला निवडले आहे.मी वडिलांना फोन करून ही बातमी सांगितली. त्यांनी मला अभिनंदन केले. ते खूप आनंदी होते. मग मी आईला, आजीला फोन केला. मी सर्व मित्र आणि चुलत भावंडांना देखील फोन केला. सर्वजण खूप आनंदी आणि उत्साही होते.मग मी वैशालीला फोन केला. तिने सांगितले की मला हे आधीच माहित होते. मी विचारले कसे. तिने सांगितले की आता काविता आली होती. आणि तिने "दोस्त जब फेल होता है तो दुःख होता है, मगर जब दोस्त टॉप करता है तो बहुत ज्यादा दुःख होता है." हा '३ इडियट्स' चित्रपटातील संवाद सांगितला - याचा अर्थ आमचा मित्र जेव्हा नापास होतो तेव्हा आपल्याला दुःख होते, पण जेव्हा तो टॉप करतो तेव्हा खूप जास्त दुःख होते.

मी अहमदनगरला गेलो, आणि आम्ही कोळगावला कोळाई देवीच्या दर्शनाला गेलो आशीर्वाद घेण्यासाठी. वडिलांनी माझ्यासाठी नवीन कपडे घेतले ऑफिससाठी. आणि पुढच्या आठवड्यापासून मी ऑफिससाठी सज्ज झालो.

# 11

# नोकरीतील चढ-उतार

आणि तो दिवस आला, मी माझ्या नोकरीच्या ठिकाणी, मगारपट्टाजवळ मेगा सेंटरमध्ये पोहोचलो.

मी ऑफिसमध्ये प्रवेश केला. ते लहान होते, पण ते ठीक होते. हे ऑफिस कुणा दुसऱ्याचे होते; माझ्या कंपनीला तेथे काम करण्याची जागा, संगणक, प्रिंटर्स आणि स्टेशनरी अशा साधनांचा वापर करायला मिळत होता. ती एक छोटी कंपनी होती आणि त्या ऑफिसमध्ये फक्त मी आणि माझे एक वरिष्ठ होते, तसेच त्या ऑफिसचे एक कर्मचारी होते. माझी कामाची ओळख करून देण्यात आली आणि मला JavaScript शिकायला आणि वेब ॲप्लिकेशन्ससाठी इंटरफेस डिझाइन करायला सांगितले. सुरुवातीचे दिवस चांगले गेले. पण नंतर, माझ्या प्रोजेक्टच्या प्रक्रियेमध्ये मला नवीन तांत्रिक गोष्टी स्वीकाराव्या लागल्या. आयटी उद्योगात तुम्ही लवकर गोष्टी शिकण्यास आणि तांत्रिक बदलांना स्वीकारण्यास सक्षम असले पाहिजे. जेवढे माझे ज्ञान होते, तेवढे पुरेसे नव्हते. पण तरीही, त्यांनी मला सपोर्ट केले आणि गोष्टी शिकवण्याचा प्रयत्न केला. पण फक्त दोनच लोक ऑफिसमध्ये होते, मी आणि माझे वरिष्ठ. त्यामुळे कामाचे ओझे जास्त होते. आणि मी नवीन गोष्टी लवकर समजू शकत नव्हतो. काय करायचे आहे हे समजायलाच मला अर्धा दिवस लागायचा.

त्यानंतर, माझे काम सुरू व्हायचे. त्यातही खूप समस्या असायच्या. एकदा माझे वरिष्ठ मला म्हणाले, "तुला या क्षेत्रात रस आहे का? तुझ्यात जी समर्पण शक्ती पाहिजे ती मला दिसत नाही," ज्यामुळे माझ्यात आत्मसंशय निर्माण झाला. कोडिंग मला भीतीदायक वाटू लागले. कधी कधी मला भीती वाटायची की मी थकून जाईन. कधी कधी मला भीती वाटायची की मी आयटी उद्योगात काही

करू शकेन का. मी माझा क्षेत्र बदलावा का? कधी कधी मला वाटायचे की अहमदनगरला परत जाऊनवेगळे काहीतरी करावे .

वैशाली मला कामासाठी प्रयत्न करायला प्रोत्साहित करायची. पण तिने माझी परिस्थिती समजून घेतली. मग, विचार येऊ लागले. सॉफ्टवेअर टेस्टिंग क्षेत्र कसे असेल, जिथे कोडिंगची गरज नाही, तरीही आयटी उद्योगात राहता येईल. एक दिवस, मी खूप ताणाखाली होतो मी ऑफिस मध्ये होतोत आणि माझे वरिष्ठ घरून काम करत होते. मी त्यांना कॉल केला आणि विचारले, "तुम्हाला आठवते का तुम्ही मला विचारले होते की तुला या क्षेत्रात राहायचे आहे? माझे उत्तर आहे , नाही." बोलताना मी थोडा भावुक झालो. त्यांनी शांत राहून विचार करायला सांगितले. शेवटच्या वेळी मी तुझ्याशी बोललो ते तुला निराश करण्यासाठी नव्हते. पण आत्मपरीक्षण करण्यासाठी होते. तुला कामाचे महत्त्व आणि तुझ्याकडून होणाऱ्या प्रयत्नांची जाणीव व्हावी यासाठी केवळ बोललो होतो . आमच्या चर्चेनंतर, मी काही काम केले आणि ऑफिस सोडले.

त्यानंतर, तीन सलग सुट्ट्या होत्या, शुक्रवार , शनिवार आणि रविवार. जेव्हा मी सोमवारी ऑफिसमध्ये परत आलो, मला आमच्या संस्थापकांचा कॉल आला. त्यांनी शांतपणे बोलून सांगितले की आम्हाला वाटत नाही की येथे जे काम होते ते तू करू शकशील. मग त्यांनी माझ्याबद्दल आणि माझ्या करिअरबद्दल बोलले. थोडक्यात, मला नोकरीवरून काढण्यात आले.

हा कॉल सोडल्यानंतर, मला खूप आराम वाटला. कारण आता माझ्याकडे एक योजना होती, योजना म्हणजे सॉफ्टवेअर टेस्टिंग कोर्स करणे आणि सॉफ्टवेअर टेस्टिंगमध्ये नोकरी शोधणे. मला योग्य क्लासेस मिळाले आणि मी त्यात प्रवेश घेतला. दोन महिन्यांत कोर्स पूर्ण झाला आणि आता पुन्हा एकदा नोकरी शोधण्याची संघर्ष सुरू झाली. दरम्यान, वैशालीनेही सॉफ्टवेअर टेस्टिंग कोर्स केला होता आणि ती सॉफ्टवेअर टेस्टिंग नोकरी शोधत होती. तिला एक कन्सल्टन्सी मिळाली ज्यामुळे तिला एका कंपनीतून कॉल आला आणि तिचा इंटरव्ह्यू क्लिअर झाला. तिला ऑफर लेटर मिळवण्यासाठी पहिल्या पगाराचा एक भाग कन्सल्टंटला द्यावा लागला. तिने आपल्या पगारातून ते व्यवस्थापित केले आणि त्या कंपनीत जॉईन केली. मी अजूनही नोकरी शोधत होतो. अनेक वेळा इंटरव्ह्यू दिले होते. मी आता निराश होऊ लागलो होतो.

पण मग मला एक कॉल आला. मी स्वतःला तयार केले आणि इंटरव्ह्यूसाठी गेलो. तिथेही दिवसभर राऊंड्स झाले. शेवटी, मला नेहमीप्रमाणे उत्तर मिळाले: "तुम्ही आजसाठी जाऊ शकता. आम्ही नंतर तुमच्याशी संपर्क करू." म्हणून, मी

इंटरव्ह्यू ठिकाण सोडले. पण मी घरी परत जाताना, लक्षात आले की माझ्या बाइकचा टायर पंक्चर झाला आहे. मला जवळच्या दुकानात जायला लागले ते ठीक करायला, ज्यामुळे एक तास गेला. नंतर, रस्त्यावर, लक्षात आले की माझ्या बाइकला पेट्रोल संपले आहे. मला माझ्या बाइकला ढकलत चालावे लागले. मी निराश झालो. अनेक इंटरव्ह्यू दिले होते पण नोकरी मिळत नव्हती. माझ्या भविष्यासाठी मी चिंतेत होतो. जवळपास 5 किलोमीटर चाललो. त्या काळात, माझ्या डोळ्यातून अश्रू येऊ लागले.

मी वैशालीला कॉल केला आणि ती मला भेटली. मी तिला विचारले, "तुझ्या कंपनीत मला नोकरी मिळू शकेल का, जर मी सुद्धा कन्सल्टन्सीला पहिला पगार दिला तर ?" तिने म्हणाले, "चल प्रयत्न करूया." आम्ही दोघेही त्या कन्सल्टन्सीला गेलो आणि त्यांनी माझे प्रोफिले घेतले. आणि काही दिवसांनी माझा इंटरव्ह्यू ठरला.मी इंटरव्ह्यूसाठी गेलो. सर्व लेखी परीक्षा आणि एक-एक इंटरव्ह्यू दिले. आणि मला निवडण्यात आले आणि कन्सल्टन्सीला एक महिन्याचा पगार आगाऊ दिला. आणि आता मला नोकरी मिळाली.आणि मला 7000/- पगार ठरवण्यात आला आणि आम्हाला ते ठीक वाटले कारण ही फक्त सुरुवात होती. अनुभव घेतल्यावर, आमची वेतनवाढ होईल. वैशाली एका वेगळ्या शाखेत होती. आणि मी एका वेगळ्या शाखेत होतो. आमचे कार्यस्थळ वेग वेगळे होते.

मी ऑफिसमध्ये रुजू झालो तेव्हा त्यांनी काही गट तयार केले. कमी मशीन आणि लोक जास्त होते. आम्हाला एक महिन्याचे प्रशिक्षण मिळाले. आणि त्यानंतर, आम्हाला एक प्रोजेक्ट टेस्ट करायला मिळाला. तिथे, आम्ही बरेच टेस्ट केस लिहिले. येथे, मी योग्य प्रकारे टेस्ट केस लिहायला शिकलो. मी नियमितपणे ऑफिसला जायचो. मला माझ्या पहिल्या महिन्याचा पगारही मिळाला.

या दरम्यान, वैशाली आणि मी एकमेकांच्या जवळ आलो. दरम्यान, तिला लग्नासाठी प्रस्तावही येत होते. आपण भविष्यात एकत्र असुर कि नाही . हा विचार आम्हाला त्रास देऊ लागला. सुरुवातीला, आम्ही विचार केला की आपण जीवनसाथी होऊ शकतो. पण आम्हाला माहित होते की आमचे कुटुंब हे स्वीकारणार नाही. आंतरजातीय विवाहाला कधीच परवानगी देणार नाहीत. पण एक दिवस, मी याचा विचार केला. वैशाली माझी प्रेरणा होती. आम्ही बरेच विचार शेअर केले. आम्ही एकमेकांना समजत होतो. त्यामुळे आम्हा दोघांकडे एकमेकांसाठी समान भावना होत्या. मी कल्पना केली की ती भविष्यात माझ्यासोबत असेल तर मी आनंदी राहीन आणि उत्कृष्ट करिअर आणि भविष्य

घडवू शकेन. शेवटी, प्रत्येक पालकांना आपल्या मुलाचे यशस्वी होणे हवे असते. माझ्या इंजिनीअरिंग जीवनात आणि इतर संघर्षांत, मला एक अश्या माणसाची नेहमीच कमतरता वाटली जो तुम्हाला मनापासून ओळखतो आणि जो टीमची हिम्मत हरू देत नाही मिळाली नाही. साजेसे शाळेत काही शिक्षक होते, ११ वि आणि बारावीला सुद्धा मला चांगले मार्गदर्शन होते. जिथे मी उत्कृष्ट कामगिरी केली होती. मी वैशालीमध्ये मला एक मार्गदर्शक दिसत होता आणि भावनिक दृष्ट्या सुद्धा मी तिच्या जवळ आलो होतो. एक दिवस, मी तिला कॉल केला आणि विचारले, "आपण जीवनसाथी म्हणून एकत्र राहू शकतो का?" ती म्हणाली, "मला आवडेल, पण हे कसे शक्य आहे? आपण आपल्या पालकांना कसे सामोरे जाऊ? ते या नात्याला मान्यता देतील का?" मी म्हणालो, "यावर आपण विचार करूया. काहीतरी मार्ग निघेलच कि . " मग ती म्हणाली, "ठीक आहे." आम्ही दोघेही आनंदी होतो.

आमच्या कंपनीमध्ये काही नकारात्मक बातम्या पसरू लागल्या. कंपनीने अधिकाधिक लोकांना भरती केले. आणि तरीही, आम्हाला पुरेसे प्रोजेक्ट मिळाले नाहीत. काही लोकांना दोन-तीन महिने पगार मिळाला नाही. आणि हळूहळू आमच्या शाखेतही पगाराच्या विलंबाला सुरुवात झाली. आणि नंतर, 2-3 महिने पगार मिळाला नाही. अनेक उमेदवारांनी मालकाकडे जाऊन पगार मागितला. पण त्यांना कोणताही योग्य प्रतिसाद मिळाला नाही. एक दिवस आला, जेव्हा आम्हाला आश्वासन दिले गेले की एका विशिष्ट तारखेला आपल्याला प्रलंबित पगार मिळेल. आम्ही त्या दिवशी तयार होतो, तेव्हा आम्हाला कळले की कंपनी बंद झाली आहे. आणि मालकाविरुद्ध पोलिसात तक्रार दाखल करण्यात आली. आणि त्यांना अटक करण्यात आली. जवळपास १ हजार लोक पोलिस स्टेशनला गेले, आणि मी देखील गेलो. पोलिसांनी एक चिट्ठी फिरवली ज्यात आम्हाला आमची नावे आणि महिन्यांचे पगार प्रलंबित आहेत ते लिहायला सांगितले.

आम्ही ते दिले आणि आम्ही दोघेही चिंतेत होतो. आता, आम्ही दोघेही पुन्हा बेरोजगार होतो. खूप वेगवेगळ्या अपयश आणि शिकवणीनंतर, माझ्याकडे एक सकारात्मक दृष्टीकोन होता. मी तिला सांगितले की हे देवाचे नशीब असावे. कारण त्याला कदाचित समजले असेल की आपण चुकीच्या कंपनीत चुकीच्या मार्गावर जात आहोत, आणि आता, आपण एकत्र राहण्याचा निर्णय घेतला असल्याने, त्याने तो चुकीचा मार्ग बंद केला आहे. या विचाराने आम्ही घरी परत आलो. लवकरच, मला एक वेबसाइट डिझाइन चे काम मिळाले. आणि मला सुमारे ७००० रुपये मिळाले. पण तरीही, मला पुढे काय करायचे हे अजून ठरवायचे होते.

# 12

# एक दीर्घकाळ टिकलेली नोकरी

माझ्या मित्राने मला फोन केला आणि सांगितले की त्याने एका कंपनीत सॉफ्टवेअर डेव्हलपर म्हणून जॉइन केले आहे. त्यांना टेस्टर्स हवे होते, पण पगार खूपच कमी होता, फक्त ३००० रुपये. मला ते मान्य होते. किमान मला एक चांगल्या कंपनीत मान्यताप्राप्त नोकरी मिळाली याचे समाधान तरी असेल . त्यामुळे, मी मुलाखत दिली कारण मी कंपनीतल्याच व्यक्तीने संदर्भ दिलेला उमेदवार होतो आणि त्यांनी मला प्राधान्य दिले. मुलाखत दिल्यानंतर, मी काही दिवस वाट पाहिली, पण त्यांच्याकडून कोणताही फोन आला नाही. मी माझ्या मित्राला फोन केला आणि विचारले. त्याने आपल्या बॉसला विचारले आणि नंतर मला फोन करून सांगितले की, मुलाखतीत तुला जास्त पगाराची अपेक्षा आहे असे त्यांना वाटले . मी म्हटले की मी आधीच सांगितले आहे की पगाराची समस्या नाही.. त्यानंतर त्याने पुन्हा आपल्या बॉसशी बोलणे केले . त्याच्या बॉसने मला आणखी एक मुलाखत फेरीसाठी बोलवायला मान्य केले. मी तिथे गेलो, आणि काही तांत्रिक चर्चेनंतर, त्यांनी सांगितले की जर तुम्ही तयार असाल तर २५०० रुपयांपासून सुरू करू. मी म्हटले की ते ठीक आहे. आता मला एक चांगली नोकरी मिळाली होती. पण मी माझ्या पालकांना सांगू शकलो नाही की मला २५०० रुपयांचा पगार मिळाला आहे. मी पालकांना खोटे सांगितले की मला ६०००/- रुपये पगार आहे. तरीही ते आनंदी नव्हते.

नंतर, वैशाली ला कॉलेजमध्ये शिक्षक म्हणून नोकरी मिळाली. तिचा पगार ६०००/- रुपये होता. तिला तिच्या जुन्या पुस्तक प्रकाशन कंपनीकडून प्रश्नपत्रिका

सोडवण्याचे काम देखील मिळाले, हे तिचे पार्ट-टाइम काम होते . मी तिला प्रश्नपत्रिका सोडवण्यात मदत करत असे. या कंपनीत काम करत असताना मला खूप छान अनुभव मिळाला. तिथे आठ ते दहा लोक होते. त्यापैकी काही डेव्हलपर्स, वेब डिझाइनर्स आणि विक्री कर्मचारी होते. मी सॉफ्टवेअर टेस्टर होतो. या कंपनीकडे सॉफ्टवेअरशिवाय सीसीटीव्ही कॅमेरे, बायोमेट्रिक सिस्टिम्स, इंटरकॉम्स, आणि व्हिडिओ डोअर सिस्टिम्स यासारखे काही इतर उत्पादनेही होती. विक्री कर्मचारी मुख्यतः हार्डवेअर कामात गुंतले होते. ते सॉफ्टवेअर प्रोजेक्ट्स आणि वेबसाइट कामे देखील आणत असत. त्यापैकी एक माझा चांगला मित्र झाला, जितेंद्र. इथे, मला नियमित पगार मिळत होता.

वैशाली आणि मी आमच्या नात्याबद्दल काळजीत होतो. आम्हाला ते पुढे नेण्याची इच्छा होती, आणि तेही आमच्या पालकांच्या आशीर्वादाने. आम्हाला खात्री होती की आम्ही एकमेकांशिवाय जगू शकत नाही. आम्ही उपाय शोधत होते. तिने तिच्या पालकांना हे सांगण्याचा प्रयत्न केला, पण तिला कळले की त्यांना पटवणे शक्य नाही. माझ्या पालकांना कळल्यावरही तेही तयार नव्हते.

आता, हे आमच्यासाठी मोठे आव्हान होते. आम्ही कोर्ट मॅरेजबद्दल चर्चा सुरू केली. आम्ही काही वकिलांना विचारले. आम्ही चिंतेत होतो की जर नोटीस आमच्या घरी गेली तर काय होईल. नंतर आम्हाला कळले की जर तुम्ही लग्नाचा कार्यक्रम पूर्ण केला तर त्याची नोंदणी करणे मोठी गोष्ट नाही. पुण्यात हा कार्यक्रम करण्यासाठी सर्वात चांगले ठिकाण आळंदी होते. आम्ही आळंदी मंदिराजवळ गेलो. आळंदी ला पोहोचल्यानंतर पार्किंगमध्येच कोणीतरी विचारले की तुम्हाला लग्नाच्या प्रक्रियेबद्दल चौकशी करायची आहे का. आम्ही हो म्हणालो. त्यांनी आम्हाला कार्यालयात नेले आणि प्रक्रिया आणि खर्चाबद्दल माहिती दिली. दुसऱ्या दिवशी आम्ही तिथे जाऊन प्रक्रिया पूर्ण केली. होय, आम्ही लग्न केले. आम्ही वेगवेगळे राहत होतो, मी भारती विद्यापीठात माझ्या घरी आणि वैशाली दुसरीकडे पेईंग गेस्ट म्हणून राहत होती. काही दिवसांनी, आम्ही हे आमच्या पालकांना सांगितल्यावर, ते विचलित झाले पण शेवटी मान्य केले.

फक्त एकच अट होती की आम्ही आमच्या करिअरवर लक्ष केंद्रित करावे. आता, माझा पगार ६०००/- रुपये झाला होता. माझे वडील मला नोकरी बदलण्यास प्रवृत्त करू लागले. ते एक वैध मुद्दा सांगत होते. मीही वेगवेगळ्या कंपन्यांमध्ये मुलाखती देण्याचा प्रयत्न केला पण मुलाखत उत्तीर्ण होण्यास अडचण येत होती.

आमच्या कंपनीत दरवर्षी आम्ही एमसीए च्या विद्यार्थ्यांना इंटर्नशिप द्यायचो .

या कार्यक्रमात, शेवटच्या वर्षातील विद्यार्थी आमच्या संस्थेत येत असत, आणि आम्ही त्यांना प्रोजेक्ट देत असू, तंत्रज्ञान शिकवत असू आणि त्यांना प्रोजेक्ट तयार करण्यात मदत करत असू. बदल्यात, आम्ही त्यांच्याकडून काही रक्कम आकारत असू. माझ्या बॉसने मला इंटर्नशिपमध्ये भागीदार बनवले. इंटर्नशिप आयोजित करण्याची सर्व जबाबदारी मला देण्यात आली होती. आम्ही दररोज जाहिराती पोस्ट करत असू आणि काही नंबर घेतले होते जेणेकरून इंटर्नशिप शोधात असलेल्या विद्यार्थ्यांचे कॉल त्यावर येतील . मी कॉल्सला घ्यायचो , आणि जेव्हा विद्यार्थी आमच्या ऑफिसला भेट देत, तेव्हा त्यांना कार्यक्रमाची माहिती देऊन त्यांना इंटर्नशिप मध्ये सामील होण्यासाठी कार्यक्रम समजावून सांगायचो . आमची कंपनी डॉटनेट तंत्रज्ञानावर काम करत होती. तथापि, जावा प्रकल्पांसाठी अनेक चौकशी होत होत्या. मी मागील कंपनीत जावा डेव्हलपर होतो, त्यामुळे मी जावा प्रोजेक्ट ची जबाबदारी घेतली. इंटर्नशिप कार्यक्रमासाठी आम्ही दोन इंटर्न्स नियुक्त केले कॉल्सला घेण्यासाठी आणि इंटर्नशिप कार्यक्रमात मला सहाय्य करण्यासाठी. त्यांना त्यांची इंटर्नशिप मोफत आणि काही स्टायपेंड आंम्ही देऊ केले . या वर्षी, मला टीम लीडर कसे व्हायचे हे शिकायला मिळाले कारण माझ्याकडे दोन लोकांची टीम होती. जेव्हा तुमच्याकडे एक टीम असते आणि तुम्ही कामाची योग्य प्रकारे वाटणी करता आणि फॉलो-अप घेता, तेव्हा खूप काम ऑटोपायलट मोडमध्ये जाते. तुमच्या टीमला योग्य प्रकारे काम करायला शिकवणे ही गोष्ट मी नकळतपणे शिकली. आमच्या एकूण प्रयत्नांमुळे, अनेक लोक आले आणि आम्ही या इंटर्नशिपमध्ये भरपूर यश मिळवले. माझ्या बॉसला खूप पैसे मिळाले, आणि मी ठरवलेला वाटा मला मिळाला.

या कामाव्यतिरिक्त, माझ्यावर क्लायंट्सना भेट देऊन त्यांची कामाच्या गरजा समजून घेण्याची जबाबदारी होती, क्लायंटकडून गरजा किंवा समस्या डेव्हलपरला कळवणे, त्यांचा कोड दुरुस्त करणे, त्याची चाचणी घेणे आणि डिलिव्हर करणे या माझ्या जबाबदाऱ्या होत्या . आमच्याकडे अनेक स्थानिक क्लायंट्स होते. मला आमच्या क्लायंट्सच्या ऑफिसला भेट देण्याची मला संधी मिळाली. आणि मी आमच्या क्लायंट्ससोबत थेट संपर्कात होतो. या कंपनीने मला ही संधी दिली म्हणून मी सदैव आभारी असेन कारण मला अनेक गोष्टी शिकायला मिळाल्या. क्लायंटच्या गरजेनुसार परिपूर्ण सॉफ्टवेअर कसे तयार करायचे, डेव्हलपरकडून ते कसे दुरुस्त करायचे: संवाद कौशल्ये, चर्चाकौशल्ये आणि बरेच काही.

आमच्या कंपनीत पगारात मंद गतीने वाढ होत होती. या कारणामुळे, एक एक करून अनेक लोक कंपनी सोडून गेले, आणि मग असा वेळ आला की कंपनीत फक्त मीच होतो. मला काही कल्पना नव्हती की काय होईल, पण मी अजूनही खात्रीत होतो कारण मला नियमित पगार मिळत होता, जरी ही एक छोटी कंपनी होती. माझ्या बॉसने सांगितले की तुम्ही काळजी करू नका. मी हे बंद करणार नाही. आम्ही पुन्हा हे संघटन उभे करू. त्याने सांगितले की, आमच्याकडे सीसीटीव्ही आणि इतर हार्डवेअरवर काम करत असताना कंपनीच्या इतर विभागातील जुने पेमेंट गोळा करण्यात काही आव्हाने होती. त्याने सांगितले की जर आपण ते पेमेंट गोळा करू शकलो तर लवकरच आपल्यासाठी बऱ्याच गोष्टी सोप्या होतील . मी या कंपनीबद्दल समर्पित होतो. मी या कंपनीला माझी स्वतःची कंपनी मानत होतो. मात्र विक्री कर्मचारी देखील त्यांच्या नोकऱ्या बदलत होते. जितेंद्रने स्वतःचा सीसीटीव्ही व्यवसाय सुरू केला. जितेंद्र खूप मदत करत होता . नोकरी सोडल्यावरही तो समन्वय साधत होता. जितेंद्र सरांच्या समन्वयाने, मी अनेक थकीत देयक रक्कम गोळा केली. जेथे गरज होती, मी सीसीटीव्ही किंवा इंटरकॉम किंवा इतर कोणत्याही हार्डवेअर गोष्टींशी संबंधित प्रलंबित काम पूर्ण करू शकेल असे लोक शोधले आणि कंपनीच्या वतीने त्यांना पैसे दिले, ज्यामुळे जवळजवळ सर्व क्लायंट्सनी त्यांचे देयक रक्कम कंपनीला मिळाली .

पण तरीही, मी कंपनीत एकटाच होतो आणि मी एक टेस्टर होतो ज्याला कोडिंगची कमी माहिती होती आणि आमच्या अनेक प्रकल्पांचे डिझाईन .Net मध्ये केले होते. जर काही क्लायंट्सना काही समस्या आली , तर मी ते कसे दुरुस्त करू? असा एक प्रश्न होता . मग आम्ही एका कर्मचाऱ्याची नियुक्ती केली. ती माझा मित्र तुषारची पत्नी होती. एक ते दोन वर्षांचा अनुभव असलेली तिचे नाव स्नेहल होते. आम्ही तिला आमच्या सर्व प्रकल्पांशी परिचय करून दिला आणि तिने देखील त्याचे आर्किटेक्चर आणि कोड समजून घेण्यासाठी खूप प्रयत्न केले. आणि तिच्यामुळे प्रलंबित प्रकल्प पूर्ण झाले.

आता, आमच्या बॉसचे एक स्वप्न होते की आम्ही सर्व्हिस-आधारित प्रकल्पांवर काम करणार नाही. आम्ही आमचा उत्पादन डिझाइन करू आणि आम्ही ते विकू. आम्ही लोकांना ट्रॅव्हल व्यवसायात मदत करणारे सॉफ्टवेअर तयार करण्याचे ठरवले. मी बाजार संशोधन आणि आमच्या विद्‌यमान क्लायंट्सना भेट देण्याची जबाबदारी घेतली . मी इतर अनेक ट्रॅव्हल व्यवसायांना भेट दिली आणि त्यांची कार्यसारणी समजून घेतली . यावर आधारित, मी एक

दस्तऐवजीकरण तयार केले आणि प्रस्तावित प्रणालीचे डिझाइन तयार केले. डिझाइन पूर्ण झाल्यावर आम्ही त्याच्या कोडिंग वर काम सुरू केले.

सुमारे एक वर्ष झाले, आणि पुन्हा आम्ही इंटर्नशिप घेतली. मला संपूर्ण प्रक्रिया माहिती असल्याने, मी पुन्हा दोन इंटर्न्सची नियुक्ती केली, त्यांना प्रशिक्षण दिले आणि त्यांनी दररोज काम करण्यास सुरुवात केली. ते जाहिरात पोस्ट करत आणि आमच्याकडे चौकशी साठी विद्यार्थी येत असे. ते कॉल्स हाताळत असत. मी भेट दिलेल्या विद्यार्थ्यांना माहिती द्यायचो.

या वर्षी, आम्ही एक टेलीकॉलर देखील नियुक्त केला. तिचे नाव कल्याणी होते. ती जितेंद्र सरांची पत्नी होती. तिच्यामुळे, आम्हाला इच्छुक उमेदवारांशी संपर्क साधण्यात खूप मदत मिळाली. त्यांना इंटर्नशिपमध्ये सामील होण्यासाठी तयार केले. कल्याणीला उत्कृष्ट संवाद कौशल्ये होती. तिला दोन वर्षांपेक्षा जास्त अनुभव होता. तिने एअर होस्टेस म्हणून देखील काम केले होते. तिच्यामुळे, आमच्या संस्थेतील जवळजवळ प्रत्येकाने अनेक समभाषांण कौशल्ये शिकली .

या वेळी, माझ्या बॉसने मला मोठ्या प्रमाणात ईमेल पाठवण्यासाठी Amazon SES (सिंपल ईमेल सिस्टीम) बद्दल शिकण्यास प्रोत्साहित केले. मी ते शिकलो, आणि आम्ही एसएमटीपी घेतले. योजना जटिल होती, परंतु मी वर्डप्रेस न्यूजलेटरच्या मदतीने या प्रणालीचा वापर करून एक बल्क मेल सेंडर डिझाइन केला, जो खूप स्वस्त होता. याच्या मदतीने, आम्ही कमी खर्चात हजारो ईमेल पाठवू लागलो.

आमच्याकडे आधीच .net डेव्हलपर, स्नेहल होती. तिने डॉटनेट प्रोजेक्ट्स घेण्याची जबाबदारी घेतली. साइड बाय साइड, ती आमच्या इन-हाउस ट्रॅव्हल बिझनेस मॅनेजमेंट सिस्टीमवर काम करत होती. कंपनीत मला अनेक जबाबदाऱ्या मिळाल्यामुळे, या वर्षी आम्ही आणखी एका फ्रेशरची नियुक्ती केली जो जावा शिकवू शकेल. रोचक गोष्ट म्हणजे मी मुलाखती घेत होतो, आणखी एक कौशल्य मी मिळवले. मी निवडलेला जावा ट्रेनर एक चांगला व्यक्ती होता. त्याचे नाव विपिन होते. मुलाखत घेताना, आमचे निकष होते की उमेदवार नवीन गोष्टी शिकण्यासाठी उत्सुक असावा. आणि किमान प्रारंभिक स्तरावर, उमेदवाराने पैशावर लक्ष केंद्रित करू नये. विपिन एक असा व्यक्ती होता ज्याच्यात मला त्या गुणांचा शोध लागला. त्याला फक्त कामाच्या गोष्टी शिकायच्या होत्या पण जेव्हा त्याला कळले की आम्ही त्याला काही पगारही देत आहोत तेव्हा तो आनंदित झाला. प्रारंभिक स्तरावर, त्याला अनेक आव्हाने आली, परंतु त्याने नंतर चांगली जबाबदारी घेतली. या वर्षीही, इंटर्नशिप यशस्वी झाली. आणि आमच्या बॉसने

टीमसोबत झालेल्या उत्पन्नाचा एक हिस्सा वाटला .

नंतर, आम्ही विपिनला .net वर प्रशिक्षण दिले, आणि आम्ही त्याला आमच्या 'ट्रॅव्हल बिझनेस मॅनेजमेंट सिस्टीम' प्रोजेक्टमध्ये सहभागी केले. या प्रकल्पावर काम करण्यासाठी आम्हाला आणखी काही उमेदवारांची गरज होती. त्यामुळे पुन्हा भरती सुरू झाली, काही उमेदवारांची छाननी केल्यानंतर. शेवटी मी एका महिला उमेदवाराची निवड केली, तिचे नाव तृप्ती होते. आमच्या संस्थेत, तीन डेव्हलपर्स होते, स्नेहल, विपिन आणि तृप्ती, आणि एक टेस्टर, तो मी होतो.

आम्ही आमच्या इन-हाउस प्रोजेक्टवर काम करत होतो, त्यामुळे कोणतेही अंतर्गत उत्पन्न नव्हते. कंपनीच्या उत्पन्न वाढीसाठी , आम्ही नोकरी शोधणाऱ्या लोकांसाठी प्रशिक्षण देण्याचा निर्णय घेतला.

आमच्याकडे आधीच एका जॉब पोर्टलची पेड सबस्क्रिप्शन होती, जी माझ्या हातात होती. जी आम्ही उमेदवारांच्या भरतीसाठी वापरली होती. या पोर्टलमधून, आमच्याकडे आधीच नोकरी शोधणाऱ्या उमेदवारांचा भरपूर डेटा होता. आम्ही आमच्या जॉब ट्रेनिंग प्रोग्रामचा प्रचार करण्यासाठी डेटा वापरला. आम्ही या प्रोग्राममध्ये आमच्या इन-हाउस प्रोजेक्टवर उमेदवारांना ऑफर दिली आणि त्यांना प्रशिक्षण दिले. यामुळे अनेक लोकांना फायदा झाला, आमच्या कंपनीसाठी उत्कृष्ट अतिरिक्त उत्पन्न स्रोत मिळाला.

नंतर, आम्ही अधिक उमेदवार मिळवण्यासाठी एक धोरण अवलंबले. आम्ही काही गरजू उमेदवारांना ६ महिन्यांच्या इंटर्नशिपची ऑफर दिली. आणि जर योग्य उमेदवार सापडले तर त्यांना नियुक्त करू लागलो]. या धोरणामुळे आमची टीम वाढली. आता, आमच्याकडे दोन टीम्स होत्या : डेव्हलपमेंट आणि टेस्टिंग टीम्स.

स्नेहलचा नवरा, माझा मित्र तुषार, परदेशात जाण्याचा आणि तिथे काम करण्याचा विचार करीत होता. सुरुवातीला तो तिथे एकटाच गेला, आणि एकदा तो तिथे स्थायिक झाल्यावर, स्नेहल देखील कॅनडाला गेली. आमच्या संस्थेतील सर्वात ज्येष्ठ डेव्हलपर कंपनी सोडून गेला. आम्ही स्नेहलला निरोप दिला.

आणि मग तिच्यानंतर विपिनने तिचे काम सांभाळले . मी देखील टेस्टिंग साठी अक्षय सारख्या एका लीडर ला तयार केले .

स्नेहल माझ्या घराजवळ राहत होती, जेव्हा तिने ते ठिकाण सोडले तेव्हा जितेंद्र माझ्या घराजवळ शिफ्ट झाला होता. मी आणि माझी पत्नी जितेंद्र आणि त्याच्या पत्नीला नियमितपणे भेटत असू. कधी कधी ते आमच्या घरी येत असत आणि कधी आम्ही त्यांच्या घरी जात असू.

माझ्या ऑफिसमध्ये माझ्या जबाबदाऱ्यांसह मी माझी कौशल्येही वाढत होती .

मी जवळजवळ पूर्ण ऑफिसचे काम आणि विद्यमान क्लायंट्स हाताळत होतो. माझे मुख्य काम कंपनीत वातावरण आनंदी ठेवणे आणि प्रत्येकाला कार्यक्षमतेने काम करण्यास प्रोत्साहित करणे आणि त्यांना तांत्रिक गोष्टी शिकणे हे होते. माझ्या समवेत अनेक लोकांनी या कंपनीत चांगला अनुभव घेतला, या कंपनीत इतका पगार मिळत नव्हता जितका दुसऱ्या कंपनीत मिळू शकतो. तरीही चांगले ज्ञान आणि सन्मान आम्हाला मिळत असल्याने आम्ही काम करत होतो. तुमचे मनोबल उंच असल्यास , तुम्ही तुमच्या कंपनीला कोणत्याही ठोस वैयक्तिक कारणाशिवाय सोडत नाही.

मी एल लीडर होऊ शकलो कारण मी यूट्यूबवर अनेक नेतृत्व व्हिडिओ पाहत असे. मी शिकण्यात गुंतवणूक करायला हवी याचीही मला जाणीव होती. त्यामुळे, मी काही डीव्हीडी आणि पुस्तके खरेदी करून ती वापरत असे. जेव्हा तुम्ही उच्च पातळीवर जाता, तेव्हा तुमचे तांत्रिक ज्ञान सुधारले पाहिजे. तुमच्याकडे नेतृत्व कौशल्ये असणे आवश्यक आहे. मी उत्कृष्ट पुस्तके आणि तज्ञ डीव्हीडींच्या मदतीने ही कौशल्ये प्राप्त केली, आणि मी काही कार्यशाळा आणि प्रशिक्षणात देखील सहभागी झालो.

जरी माझ्या जबाबदाऱ्या अधिक होत्या, माझा पगार माझ्या अनुभवानुसार तितका नव्हता . माझे वडील याबद्दल समाधानी नव्हते. जेव्हा आम्ही फोनवर बोलत असू, तेव्हा ते मला विचारत असत की तु ही कंपनी केव्हा बदलणार, तुला मोठा पॅकेज केव्हा मिळणार. मला नेहमी त्यांना समजावून सांगावे लागे की मी इथे खूप काही शिकत आहे, ज्यामुळे मला पुढे खूप मदत होईल. मला त्यांना समजावता आले नाही कारण मला तेव्हा खरंच माहित नव्हते मी पुढे काय करणार आहे.

# 13

# नोकरीव्यतिरिक्त इतर उपक्रम

एका दिवशी, मी माझ्या संपूर्ण टीमसमोर एक उत्कृष्ट भाषण दिले, आणि कुणीतरी ते मोबाईलवर रेकॉर्ड केले. मी ते YouTube वर अपलोड केले आणि माझ्या मित्रांसोबत शेअर केले. मला उत्कृष्ट प्रतिसाद मिळाला. मग मी विचार केला, अजून व्हिडिओ तयार करूया, म्हणून मी काही व्हिडिओ तयार करत राहिलो. आणि मी YouTube वरून कसे पैसे कमवता येतील यावर माहिती जमा करायला सुरुवात केली. बरेच लोक YouTube वरून खूप पैसे कमवत आहेत. मी कॅमेरामध्ये काही गुंतवणूक करण्याचे ठरवले. कारण मला विश्वास होता की जेव्हा तुम्हाला काहीतरी नवीन सुरू करायचे असते, तेव्हा तुम्ही त्यात काहीतरी गुंतवणूक केली तर ती जंतवणूक आपल्याला पुढे जाण्यासाठी प्रेरणा देते . मला माहित होते की मी DSLR कॅमेरा खरेदी करू शकत नाही, पण तरीही मी 5,000 रुपयांचा कॅमेरा खरेदी केला.

मला स्वयंपाकात खूप रस आहे, म्हणून मी "अमोल उजागरे" नावाने एक YouTube चॅनेल सुरू केले आणि आणखी एक चॅनेल "कुकिंग विथ अमोल". मी घरात जे काही रेसिपी बनवायचो ते रेकॉर्ड करायचो आणि YouTube वर अपलोड करायचो. माझ्या नावाने असलेल्या दुसऱ्या YouTube चॅनेलवर, मी काही सेल्फ-हेल्प व्हिडिओ अपलोड करायला सुरुवात केली. हे चॅनेल माझे तंत्रज्ञान आणि प्रेरणादायी चॅनेल बनले.

सुरुवातीला, माझ्या व्हिडिओंवर जाहिराती मिळाल्या. पण नंतर, YouTube ने धोरण बदलले, आणि या वेळी, YouTube ने चॅनेलवर किमान दहा हजार

वेळा सर्व मिळून विडिओ पाहिले जाणे आवश्यक केले. मी खूप प्रयत्न केले आणि नियमितपणे व्हिडिओ अपलोड करायला सुरुवात केली. आणि शेवटी, मी ते साध्य केले. माझ्या चॅनेलवर सर्व विडिओ मिळून एकूण 10,000 वेळा पाहिले गेले , आणि पुन्हा माझे कमाईचे स्रोत सुरू झाले. हे देखील एक छोट्या प्रमाणावर वाढत असलेले माध्यम होते जिथून कामे होणार होती . पण मला माहित होते की मी एक बीज लावले आहे. ते एक दिवस झाड होईल.

माझे पालक यामुळे फार काही आनंदी नव्हते. एकीकडे, मी त्यांच्या अपेक्षेनुसार कमाई करत नव्हतो कारण मी एकटा नव्हतो. माझ्यासोबत आता माझी पत्नी होती, आणि भविष्यात मला एक मूलही होईल. त्यामुळे, माझ्या कमाईमुळे सगळ्यांना वाटले की मी माझ्या करिअरबद्दल गंभीर नाही. असे नाही की मी नोकरी बदलण्यासाठीही संघर्ष करत नव्हतो. मी बरेच इंटरव्ह्यू दिले, पण मला कुठेही नोकरी मिळाली नाही.

म्हणून, मी काही अतिरिक्त कौशल्य शिकायचे ठरवले, जसे की ऑटोमेशन टेस्टिंग. मी अनेक क्लासची चौकशी केली, पण क्लास ची वेळ माझ्या नोकरी मुले जुळत नव्हती .

नंतर, मला एक क्लास सापडला जिथे मला जायला पुरेसा वेळ मिळत होता . मी त्या क्लास ला जाऊ लागलो. मला JAVA मध्ये चांगले ज्ञान होते, मी सुरुवातीचा भाग लवकर समजून घेतला. नंतर ऑटोमेशन सुरू झाल्यावर मला थोडे कष्ट घ्यावे लागले. माझ्या कंपनीत , जरी ती आयटी कंपनी होती, तरी आम्हाला फक्त रविवारी सुट्टी असायची. त्यामुळे, माझा वर्ग पूर्ण झाल्यानंतर मला तयारीसाठी जास्त वेळ मिळत नव्हता. मी जे जाणून होतो त्यावर आधारित, मी काही आणखी इंटरव्ह्यू दिले. पण तरीही दुसरी नोकरी मिळवू शकलो नाही. कारण खूप सोपे होते: मी कौशल्यांसाठी तयार नव्हतो. आणि मला ते खूप चांगले माहित होते.

मग मला एक कल्पना आली, मी ठरवले की आपण या विषयाचा क्लास घेऊयात , जे काही मला माहित आहे ते ऑटोमेशन टेस्टिंग शिकवूया. आणि जे मला माहित नाही ते मी शिकेन. कारण तुमच्यासमोर विद्यार्थी असतील आणि तुम्ही त्यांच्याकडून काही पैसे घेत असाल, तर तुमच्याकडे तयारी करण्याशिवाय पर्याय नसेल, आणि तुम्ही मार्ग शोधाल.

माझ्या मनाने हे ठरवले, तेव्हा मला ऊर्जा मिळाली, आणि उर्वरित गोष्टी माझ्यासाठी खूप सोप्या झाल्या. मी माझी वेबसाइट बनवली , आणि त्यावर सर्व माहिती दिली. मी मग माझ्यासाठी Amazon SES डिझाइन केले. तिथे थोडी गुंतवणूक केली. मी ईमेल पाठवायला सुरुवात केली. चौकशा आल्या, आणि

लोक माझ्या घरी भेटायला आले. माझ्या घरात एक हॉल होता, आणि माझ्याकडे खूप छोटा लॅपटॉप होता. लोक तिथे येत असताना, त्यांना कोणत्याही वर्गासारखे वातावरण दिसत नव्हते. तरीही, काही लोकांनी नावनोंदणी केली. मला जाणवले की वातावरण वर्गासारखे असले पाहिजे. त्यामुळे, मी एक ब्लॅकबोर्ड आणि सुमारे 5 हजार रुपयांचा छोटा प्रोजेक्टर आणि एक स्क्रीन खरेदी केली . मी लॅपटॉप स्क्रीनशी कनेक्ट करायचो, आणि कारण ते स्वस्त प्रोजेक्टर होते, जरी स्क्रीनवर फार स्पष्ट दिसत नव्हते, तरी मी माझ्या हॉलला एका वर्गासारखे बनवू शकलो.

माझ्याकडे दोन-तीन खुर्च्या होत्या. हळूहळू, चौकशा वाढू लागल्या आणि माझ्या शिकवण्यातील साधेपणामुळे लोक आकर्षित झाले. नंतर, मी आणखी 7-8 खुर्च्या आणल्या. आणि लोक येऊ लागले. मी खूप कमी फी आकारली. माझा एकमेव उद्देश होता Selenium शिकणे आणि इंटरव्ह्यूसाठी हजर राहणे. सुरुवातीला, मी सकाळच्या बॅचेस सुरू केल्या, म्हणजे ऑफिसला जाण्यापूर्वी. आणि रविवारी ४ तासांचे वर्ग. काही दिवसांनी मी संध्याकाळच्या बॅचेसही सुरू केल्या. सकाळी, माझा वर्ग असायचा आणि दिवसभर मी कंपनीत असायचो, आणि पुन्हा संध्याकाळी एक-दोन तासांसाठी वर्ग घ्यायचो. रविवारीही वर्ग घ्यायचो. त्याचबरोबर, माझे दोन YouTube चॅनेलही व्यवस्थापित करायचो. या वर्गातून मिळणाऱ्या कमाईने माझे आर्थिक व्यवस्थापन करण्यात मदत झाली.

माझ्या पत्नीने पुढील शिक्षण घेण्याचे ठरवले. कारण ती आधीच लेक्चररशिपमध्ये होती, तिने विचार केला की मास्टर्स डिग्री पूर्ण झाल्यास, तिला चांगली नोकरी मिळेल. म्हणून, आम्ही तिचा KJ कॉलेज ऑफ इंजिनीअरिंगमध्ये प्रवेश घेतला. पुढील दोन वर्षांत, तिने आपले मास्टर्स डिग्री पूर्ण केली. ती एका कॉलेजमध्ये लेक्चरर म्हणून काम करत होती. मास्टर्स डिग्री पूर्ण झाल्यावर ती गरोदर झाली, पण तिने आपले काम सुरू ठेवले. अलीकडेच, जितेंद्र आणि कल्याणी यांनी मुलाला जन्म दिला होता . आणि ते आमच्या घराजवळ राहत असल्याने, त्यांनी आम्हाला या काळात कोणती काळजी घ्यावी याबद्दल मार्गदर्शन केले.

# 14

# स्वयं-रोजगार

माझी नोकरी आणि क्लास चांगले चालले होते. मात्र आर्थिक वाढ अजूनही ठप्प होती. आता घरात एक नवीन सदस्य येणार होता. मी नोकरीचा सोडायचा विचार करू लागलो आणि माझा संपूर्ण वेळ कोचिंग किंवा ट्रेनिंगला द्यायचा विचार करू लागलो. अनेक महिने निघून गेले आणि आता वैशालीच्या गर्भधारणेचा ७ वा महिना होता. वैशालीच्या कॉलेजमधील तिच्या काही चांगल्या मैत्रिणी पैकी तिची एक मैत्रीण, प्रियांका, मला फोन करून म्हणाली की आम्ही वैशालीला एक सरप्राइज पार्टी देण्याचा विचार करत आहोत. आणि तिच्यासाठी डोहाळे जेवण प्रोग्राम करूया. संपूर्ण स्टाफ यामध्ये सामील झाला होता, त्यांच्यासह त्यांच्या कॉलेज चे प्राचार्य, आणि आम्ही ठरवले होते की तिला काहीही सांगायचे नाही. त्यामुळे, त्या दिवशी मी माझ्या ऑफिसमधून सुट्टी घेतली. आणि मी तिला कॉलेजमध्ये सोडले. दरम्यान, तिच्या मैत्रिणी (प्रियांका, अश्विनी आणि निता) आमच्या घरी आल्या, आणि आम्ही घर सजवले. तिच्या मैत्रिणी प्रियांका, अश्विनी आणि निताच्या मदतीने आम्ही विविध स्टाफ सदस्यांसह माझ्या एक व्हिडिओ तयार केला. कॉलेज सुटल्यावर, जेव्हा ती परत आली, तिला खूप धक्का बसला, एक पूर्ण सरप्राइज. तिला काय घडत आहे याबद्दल काहीच माहिती नव्हती. मग आम्ही हा कार्यक्रम पूर्ण केला, आणि संध्याकाळी, सगळ्यांनी एकत्र जेवण केले, आणि कार्यक्रम संपला.

वैशालीला डिलिव्हरी साठी नगरला आणण्यासाठी आता माझे पालक आमच्यावर आग्रह करू लागले. कारण नगरमध्ये आमच्याकडे अनेक नातेवाईक आहेत जे तिच्या डिलिव्हरीसाठी आवश्यक असलेल्या अनेक गोष्टी हाताळू शकतात. त्यामुळे सुमारे २ महिने ती नगरमध्ये होती. मी पुण्यात माझी नोकरी

करत होतो. मी रोटी मेकर आणि फूड प्रोसेसर मागवले. पोळ्या बनवण्यासाठी, आणि मी चांगला स्वयंपाकी असल्याने, भाज्या बनवणे माझ्यासाठी मोठी गोष्ट नव्हती.

कधी कधी, जितेंद्र माझ्या घरी येत असे कंपनी देण्यासाठी. कधी कधी, माझा सहकारी विपिन येत असे आणि माझ्याबरोबर राहात असे. आणि कधी कधी मी एकटा असायचो. दिवसांमागून दिवस गेले, आणि तिच्या डिलिव्हरीची तारीख जवळ आली. मी डिलिव्हरीच्या एक दिवस आधी नगरला गेलो. आजीही कोळगावहून आली होती, आणि माझी एका काकू (तिला आम्ही माई म्हणतो) देखील तिथे होती. तिने २५ वर्षांपेक्षा जास्त काळ परिचारिका म्हणून काम केले होते. वैशालीला तिच्या डिलिव्हरीच्या एक दिवस आधी, सकाळी सुमारे ९ वाजता, रुग्णालयात दाखल करण्यात आले. डॉक्टरांनी तिला डिलिव्हरी रूममध्ये घेतले. अंदाजे अर्ध्या तासानंतर, आम्हाला बातमी मिळाली की मला मुलगी झाली आहे. सुमारे १ तासानंतर, ते मुलीला बाहेर घेऊन आले. पण मी चिंतेत होतो की वैशाली अजूनही डिलिव्हरी रूममध्ये का आहे. डॉक्टरांनी सांगितले की थांबा, आम्ही काही गोष्टी निरीक्षण करत आहोत, आणि ती देखील लवकरच बाहेर येईल. यामुळे माझे वडील होण्याचे सुख थोडे थांबले कारण ती डिलिव्हरी रूममधून बाहेर येण्यास जास्त वेळ घेत होती. काही वेळानंतर, डॉक्टर आत आले. तुम्हाला तिची भेट घ्यायची आहे का? मी आत गेलो आणि तिच्याशी बोललो. जेव्हा मी बाहेर आलो, तेव्हा डॉक्टरांनी सांगितले की तिचे रक्तदाब थोडे जास्त झाले होते, आणि तिचा रक्तदाब सामान्यपेक्षा जास्त होता. तो सुमारे १५० ते २०० होता. त्यानंतर थोडा अधिक वेळ लागला; डॉक्टरांनी सांगितले की आपल्याला वेगळ्या रुग्णालयात जाण्याची गरज आहे. आम्ही सर्व चिंतित होतो कारण डॉक्टरांनी अप्रत्यक्षपणे सांगितले की तिच्या जीवनाला धोका आहे. आम्ही एक ॲम्बुलन्सची व्यवस्था केली, आणि आम्ही तिला दुसऱ्या रुग्णालयात नेले. मग, तिच्यावर उपचार सुरू झाले. माझी काकू (माई) आणि मी वैशालीसोबत आयसीयूमध्ये राहिलो; माझी मुलगी माझ्या पालकांसह आणि आजीसोबत दुसऱ्या खोलीत होती. पुढील तीन दिवस खूपच भयानक होते. मी मोठ्या तणावात होतो. सामान्यतः, जेव्हा तुम्हाला मूल होते, तेव्हा तुम्ही ताबडतोब तुमच्या मित्रांना, नातेवाईकांना संदेश पाठवता आणि सोशल मीडियावर पोस्ट करता. पण या घटनेमुळे, मी फक्त काही मर्यादित आणि खूप जवळच्या लोकांनाच माहिती देऊ शकलो.

एकदा ती बरी झाल्यावर, तिला आयसीयूमधून खाजगी रूममध्ये हलवण्यात आले. आता, ती धोक्याबाहेर होती. आणि त्यानंतर, मी पहिल्यांदा माझ्या मुलीला

नीट पाहिले. आता मी आरामात होतो, आणि मग मी आमच्या घरी एक परी म्हणून आलेल्या बाळाचा म्हणजेच माझ्या मुलीच्या आगमनाचा संदेश प्रसारित केला. मी नगरमध्ये काही दिवस राहिलो, आणि मग मी परतलो. आता, मी कुटुंबाला अधिक वेळ देण्याचा विचार करत होतो. त्या वेळी, माझ्याकडे पुरेसे विद्यार्थी होते पुढील २ ते ३ महिन्यांसाठी आर्थिक अडचण नव्हती . वैशाली २ महिन्यांनंतर माझ्या मुलीसह पुण्यात परतली, आणि मग मी माझ्या कंपनीतून राजीनामा दिला.

आता, माझ्याकडे माझ्या क्लासवर काम करण्यासाठी पुरेसा वेळ होता. आणि माझ्या कुटुंबाची देखभाल करण्यासाठी पुरेसा वेळ होता. वैशालीने तिची नोकरी सुरू ठेवण्याचा निर्णय घेतला. कारण तिला माझ्या क्षमतांची माहिती होती, पण तिने आमचे आर्थिक व्यवस्थापन करण्यासाठी एक बॅकअप योजना तयार केली होती. ती पुन्हा एकदा शिक्षक म्हणून त्याच कॉलेजमध्ये रुजू झाली. आणि तिच्या कॉलेजजवळ, एक कुटुंब होते जे बाळाची काळजी घेऊ शकते. कारण जरी मी संपूर्ण दिवस घरी होतो, तरी मला काम करावे लागायचे, अभ्यास करावा लागायचा, आणि विद्यार्थ्यांना आकर्षित करण्यासाठी काही मार्केटिंग करावे लागायचे. जसे की व्हिडिओ तयार करणे, व्हिडिओ संपादित करणे, आणि ग्राफिक्स तयार करणे. तसेच, मी काही व्यवसायाशी संबंधित पेड ट्रेनिंगला हजेरी लावत होतो.

एके दिवशी, मला आंतरराष्ट्रीय क्रमांकावरून फोन आला. कोणीतरी म्हणत होते की त्यांच्या पत्नीने माझे यूट्यूब व्हिडिओ पाहिले होते आणि मी ज्या पद्धतीने समजावून सांगत होतो त्याबद्दल त्यांना माझे वैयक्तिक कोचिंग हवे होते. त्यानंतर, मी त्यांच्या पत्नीशी बोललो आणि शिकण्याच्या त्यांच्या गरजा समजावून घेतल्या. ते स्वीडनमध्ये राहत होते, आणि तिथल्या वेळेच्या फरकामुळे, मी एक वेळ ठरवली . कारण हे एक-ऑन-वन कोचिंग होते, मी इतर कोचिंगपेक्षा जास्त शुल्क आकारू शकलो. वर्ग सुरू करण्याची तारीख ठरली. मी मायक्रोफोनची व्यवस्था केली आणि ऑनलाइन मीटिंगसाठी पेड सबस्क्रिप्शन घेतले.

हा क्लास सुरू करण्याचा पहिलाच दिवस होता, आम्ही कनेक्ट होणार होतो. पण मग मला जितेंद्रचा फोन आला की तो डॉक्टरांच्या ठिकाणी आला आहे आणि डॉक्टरांनी सांगितले आहे की कृपया लवकर या. डॉक्टर म्हणाले की जितेंद्रला स्ट्रोक आला आहे. मी काय करावे हे समजू शकलो नाही. हा क्लासचा पहिला दिवस होता, आणि या मुलीने मला आधीच पैसे दिले होते. पण दुसऱ्या बाजूला एक मित्र होता, त्यामुळे मी विद्यार्थिनीला फोन करून सांगितले की आज मला

एक आपत्कालीन परिस्थिती आहे आणि आपण उद्या वर्ग सुरू करूया. मी जितेंद्र सरांच्या पत्नीला देखील फोन केला आणि डॉक्टरांच्या ठिकाणी गेलो. डॉक्टरांनी मला बाहेर नेले आणि सांगितले की त्याला हृदयविकाराचा झटका आला आहे आणि आपण त्याला हलवले पाहिजे. मी जवळच्या एका वेगळ्या रुग्णालयात गेलो. आणि मग त्याची पत्नी कल्याणीही आली. लवकरच, उपचार सुरू झाले, आणि काही वेळानंतर तो जवळजवळ धोक्याबाहेर होता. मी त्या दिवशी तिथे राहिलो, आणि त्याचे कुटुंबीय देखील रुग्णालयात पोहोचले.

दुसऱ्या दिवशी, मी माझ्या नवीन विद्यार्थिनीसाठी वर्ग सुरू केला. पुढील काही दिवसांत, जितेंद्र सरांना डिस्चार्ज मिळाला, आणि आता ते ठीक होते.

एका दिवशी, मला एक ईमेल मिळाली की हयात हॉटेलमध्ये एक दिवसीय प्रशिक्षण होते. प्रशिक्षणाचे शीर्षक होते ट्रेन द ट्रेनर. मी तिथे गेलो, थोडे लोक होते. चर्चा अशा प्रकारे सुरू झाली: स्पीकर म्हणाले, दोन लोक एकाच प्रकारची सेवा देत आहेत असे गृहीत धरा. दोघांकडे समान कौशल्ये, समान उत्पादने आणि समान ब्रँड आहे, पण तरीही, एक ग्राहक सेवा विशिष्ट व्यक्ती कडूनच का खरेदी करतो? लोकांनी वेगवेगळ्या उत्तर दिली. पण शेवटी, उत्तर असे होते की तो एक लेखक असतो. मला ती कल्पना खूप आवडली. त्या प्रशिक्षणात, आम्हाला विशेषतः सांगितले गेले की जर तुम्ही एक प्रशिक्षक असाल, तर तुमच्याकडे एक तुमचे लिहिलेले पुस्तक असणे आवश्यक आहे. तुम्ही लेखक असणे आवश्यक आहे कारण जेव्हा तुम्ही लेखक होता तेव्हा तुम्ही त्या क्षेत्रात ज्ञानवान आहात असा एक अप्रत्यक्ष संदेश तुमच्या ग्राहकांच्या अवचेतन मनात जातो. अर्थात, पुस्तक लिहिण्यासाठी, तुम्हाला संशोधन करणे आणि खूप मेहनत करणे आवश्यक आहे. आणि तुम्ही फक्त तेव्हाच पुस्तक लिहिता जेव्हा तुम्हाला त्या क्षेत्रात खरे अनुभव असतात. खूप काळापासून, मी देखील त्याच्याच विचारात होतो. मी सॉफ्टवेअर टेस्टिंगसाठी नोट्स तयार केल्या होत्या आणि त्यावर एक पुस्तक लिहिण्याची इच्छा होती. पण मी ते कधीच पूर्ण केले नाही. मग, त्यांनी आम्हाला पुस्तक प्रकाशित करण्याचा मार्ग दिला. त्या वक्त्यांची एक प्रकाशन कंपनी होती ज्याद्वारे आम्ही पुस्तक कमी कष्टात पुस्तक प्रकाशित करू शकत होतो .

मी हे करण्याचा निर्णय घेतला. मी त्या प्रकाशन कंपनीत गुंतवणूक केली तेव्हा, मला २१ दिवसांत पुस्तक कसे लिहावे यावर एक कोर्स देखील मिळाला. याने मला खूप मदत केली. मी माझे पुस्तक २१ दिवसांत पूर्ण करू शकलो नाही, पण किमान २ महिन्यांत तरी पूर्ण केले. मग मला वाटले की एक लेखक म्हणून, मला एक चांगला वक्ताही असायला हवे. माझ्या बालपणापासून, मला अंतर्मुख

म्हणून ओळखले जायचे. त्यामुळे, मी भाषण क्लास शोधायला सुरुवात केली. मला एक कार्यशाळा सापडली जी माझ्या घराच्या खूप जवळ होती. ती एक दिवसीय कार्यशाळा होती जिथे मला संभाषणबद्दल काही मूलभूत गोष्टी शिकायला मिळाल्या, भाषण कसे लक्षात ठेवायचे, आणि लोकांसमोर कसे उभे राहायचे. तुमची शारीरिक भाषा कशी असावी? मला देखील हे लक्षात आले की सार्वजनिक भाषण ही फक्त स्टेजवर उभे राहून अनेक लोकांसमोर बोलणे नाही. जेव्हा तुम्ही मित्र आणि कुटुंबीयांसोबत असता आणि त्यांच्या समोर उभे राहता तेव्हा कसे बोलावे. मला हे देखील लक्षात आले की सार्वजनिक कलात्मकतेने बोलायला शिकणे ही एक यात्रा आहे. वर्गात, मला हे देखील जाणवले की मला माझ्या कमकुवतपणावर सतत आणि सातत्याने काम करावे लागेल.

या सार्वजनिक बोलण्यामध्ये, आमच्या प्रशिक्षकाने आम्हाला तपशील भरण्यासाठी एक फॉर्म दिला. तो एक हस्ताक्षर तज्ञ होता. आम्ही फॉर्म भरल्यानंतर, त्याने ते गोळा केले आणि प्रत्येकाच्या स्वभावाबद्दल सांगितले. माझा नंबर आला तेव्हा, त्याने माझ्या स्वभावाबद्दल अनेक गोष्टी सांगितल्या ज्या खऱ्या होत्या, पण त्याने एक गोष्ट नमूद केली: त्याने सांगितले की अमोल, तू मर्सिडीजचा हकदार आहेस, पण तू अजूनही जुनी स्वस्त गाडी चालवतोस. मला त्याने काय सांगितले हे समजले नाही. मी म्हणालो, काय? त्याने विचारले की तू खूप मर्यादित विचार का ठेवतोस. तुला फक्त दर महिन्याला १० विद्यार्थी काहवे आहेत ?,का नाही १०० विद्यार्थी ? मी म्हणालो, ज्या ठिकाणी मी वर्ग घेतो तेथे फक्त १० ते १५ लोक बसू शकतात. याचा अर्थ एक व्यक्ती मला १०,००० देत आहे. मग मी महिन्याला १ लाख कमवू शकतो, जे चांगले आहे. आणि जर १०० विद्यार्थी आले, तर मी त्यांना कुठे बसवणार? त्याने सांगितले की ते नंतर विचार करूया. कल्पना करा की तुमच्याकडे १०० विद्यार्थी आहेत आणि प्रत्येकजण तुम्हाला १०,००० देत आहे, तुम्हाला १० लाख रुपये मिळतील. तुम्ही इतर संसाधने सहज मिळवू शकाल . मी म्हणालो, वाह, याचा मी कधीच विचार केले नाही.

माझे पुस्तक अजूनही प्रकाशन प्रक्रियेत होते. दरम्यान, मला माझे कौशल्य पुढील स्तरावर नेण्याची गरज होती. मग, मी गूगलवर काही व्यक्तिमत्व विकास प्रशिक्षण शोधले. एका प्रशिक्षकाने मला फोन केला. तिचे नाव स्मिता होते. तिने माझ्या गरजा आणि मला काय हवे आहे ते विचारले. माझी गरज सोपी होती, कारण मी एक लेखक होणार आहे, माझे व्यक्तिमत्व लेखकासारखे असावे. तिने तिच्या कार्यक्रमाबद्दल आणि फी संरचनेबद्दल समजावून सांगितले. मला ते आवडले आणि मी तिच्या कार्यालयात भेट दिली. हे एक-ऑन-वन प्रशिक्षण

असेल, म्हणजेच या प्रशिक्षणामध्ये मॅडम वैयक्तितपणे मला एकट्यालाच शिकवणार होत्या. त्यांनी सांगितले की प्रत्येक व्यक्ती अनोखी असते, आणि व्यक्तिमत्व घडवण्यासाठी, आपल्याला एक-ऑन-वन बसणे आवश्यक आहे. मला ते खूप आवडले. पहिल्या दिवशी, मी वर्गात गेलो. मग, तिने माझी आत्म-सन्मान चाचणी घेतली. तिने मला एक प्रश्नपत्रिका दिली आणि प्रामाणिकपणे लिहायला सांगितले. मी पूर्ण केल्यावर, तिने काही गणना केल्या. आणि त्या परिणामावर आधारित, माझा आत्म-सन्मान सरासरी होता. तिने विचारले का. मी म्हणालो मला माहित नाही. मग तिने मला माझ्याबद्दल बोलायला सांगितले. मी तिला माझ्या आयुष्याची कथा थोडक्यात सांगितली. तिने काही गोष्टी लक्षात घेतल्या.

त्यानंतर, तिने पहिला सत्र दिला, आणि त्या सत्रात मी जे शिकलो ते संपूर्ण अभ्यासक्रमापेक्षा सर्वात मौल्यवान गोष्ट होती.

तिच्या लॅपटॉपवर, तिने मला काही वेगवेगळ्या व्यक्ती दाखवल्या आणि त्यांचे व्यवसाय ओळखायला सांगितले. मी पाहायला सुरुवात केली, आणि एक-एक करून, मी उत्तर देऊ लागलो की तो डॉक्टर आहे, ती एअर होस्टेस आहे, तो वकील आहे, ती अभियंता आहे. शेवटी, तिने एक चित्र दाखवले, आणि मी म्हटले की तो ऑफिस कर्मचारी आहे. पुढच्या स्लाईडमध्ये, तिने डॉक्टरचे चित्र दाखवले; मी सांगितले की हा डॉक्टरच ऑफिस कर्मचारी आहे. मग तिने सांगितले, " जरी आपण अनेकदा असे म्हणतो की पुस्तकाचे कव्हर पाहून पुस्तकाचा न्याय करू नका, तरीही हा जग नेहमीच पुस्तकाचे कव्हर पाहूनच न्याय करतो. तुमचा संवाद हा फक्त तोंडी संवाद नसतो. तो प्रथम, जेव्हा तुम्ही एखाद्या समोर येता, तेव्हा तुमची उपस्थिती आणि तुमचा पोशाख त्यांच्याशी बोलू लागते, आणि नंतर ते तुमच्या शारीरिक भाषेशी आणि तोंडी संवादाशी जोडले जातात.आणि मग तिने ड्रेसिंग सेन्सबद्दल बोलत राहिले. जुळणारे पोशाख. तुम्ही घातलेल्या चष्मा आणि घड्याळाचा महत्त्व. आता, माझ्यासारख्या मुलासाठी, हे एक डोळा उघडणारे होते.आता मला का कळले की माझे वडील नेहमी ओरडत होते: केस कापा, नखे कापा, नियमित दाढी करा, नवीन कपडे घ्या, जुनी बाइक विका. कारण लोक तुमच्या बाह्य स्वरूपावरून तुमच्या बद्दल मत प्रस्थापित करतात .

काही दिवसांनी, पुस्तक अमेंझॉनवर प्रकाशित झाले. त्यानंतर, माझी ओळख खूप बदलली. बरेच लोक माझे पुस्तक ऑनलाइन घेऊ लागले , त्यातील काही मी विद्यार्थ्यांना भेट म्हणून दिले ज्यांनी माझ्या वर्गानंतर त्यांच्या नोकऱ्या यशस्वीरित्या मिळवल्या.

आगामी सत्रांमध्ये मला स्मिता मॅडम कडून लक्ष्य निर्धारण आणि वेळ व्यवस्थापनाबद्दल शिकायला मिळाले. वेळ व्यवस्थापनासाठी, त्यांनी मला एक वेळ पत्रक दिले ज्यात मला दिवसभर काय केले आणि कोणत्या वेळी मी काय केलेते लिहून ठेवायचे होते . कारण ज्या गोष्टी तुम्ही मोजू शकता त्याच गोष्टी तुम्ही सुधारू शकता. याने मला खूप मदत केली.

या काळात, मी एक फेसबुक मास्टरी चा एक कोर्स विकत घेतला .यात ते मला दार आठवड्याला फोन करून मार्गदर्शन करत होते. त्यांनी माझी वेबसाइट सुधारण्यासाठी देखील मदत केली. आणि मी तयार केलेले फेसबुक जाहिरातिची ते देखरेख करायचे. याने मला थोडी मदत केली. त्यांनी एक कार्यक्रम सुरू केला जो एक वर्षाचा होता. त्यामध्ये, मी डिजिटल मार्केटिंगमध्ये अनेक कोर्स केले.त्यांच्याद्वारे माझ्या जाहिराती वैयक्तिकरित्या पाहण्यासाठी आणि मला अधिक परिणाम मिळवून देण्यासाठी मार्गदर्शन करण्यासाठी आठवड्याला एक कॉल शेड्यूल केला जात असे. मी ते शिकत होतो आणि अंमलबजावणी करत होतो. त्यामुळे, माझ्या अभ्यास वर्गाबरोबरच, हे अतिरिक्त काम चालूच होते.
जर वैशाली, माझी पत्नी,माझ्यासोबत या कामात अली तर मला मदत होईल, आणि आम्ही आमच्या उद्दिष्टाला खूप लवकर पोहोचू शकतो. प्रारंभी वैशाली त्यासाठी तयार नव्हती कारण माझे उत्पन्न स्थिर नव्हते. तिला फक्त कॉलेजमध्ये शिक्षक म्हणून काम करणे सोडून नवीन नोकरी मिळवायची होती. मी तिला समजावण्याचा प्रयत्न केला की जर आपण हे काम केले तर आपण खूप पैसे कमवू शकतो, पण मी तिला पटवू शकलो नाही.माझी कोच, स्मिता मॅडम, म्हणाल्या की जर तुमचे काम आणि निकाल लक्षणीय परिणाम दर्शवित असतील, तर एके दिवशी ती तुम्हाला मदत करण्यासाठी तुमच्यासोबत येईल.
माझ्या मुलीच्या जबाबदारीमुळे वैशालीने नंतर नोकरी सोडली. मला ती डिजिटल मार्केटिंग मध्ये मदत करावी अशी इच्छा होती. आमच्याकडे आधीच खूप कोर्स होते कारण मी डिजिटल मार्केटिंगचे एक वर्षाचे सबस्क्रिप्शन खरेदी केले होते, पण तिला कुठे लक्ष केंद्रित करायचे आहे याबद्दल ती द्विधा मनःस्थितीत होती. काही दिवसांनी, तिने मदत करण्याचा निर्णय घेतला, त्यामुळे आम्ही पुन्हा आमच्या मुलीला त्या कुटुंबाकडे डे केअर मध्ये ठेवले जिथे आम्ही तिला आधी ठेवायचो जेव्हा वैशाली कॉलेजमध्ये काम करत होती.
वैशालीने कोर्स ऐकायला सुरुवात केली. तिने बऱ्याच गोष्टी शिकल्या, आणि तिच्या शिकण्यामुळे मला माझ्या कामात अंमलात आणण्यासाठी अनेक कल्पना

मिळाल्या.या काळात, मला वैयक्तिक कोचिंगसाठी यूएस मधून कॉल आला. जेव्हा कोरून महामारीची सुरूवाट झाली तेव्हा ती वेळ होती. पण भारतात तरी तशी परिस्थिती नव्हती. मी त्या विद्यार्थिनीचे ऑटोमेशन टेस्टिंगसाठी वैयक्तिक कोचिंग घेण्यास सुरुवात केली आणि मला त्यातून उत्कृष्ट आर्थिक लाभ मिळाले.

# 15

# कोरोना महामारी

मार्च २०२० या महिन्यात कोरोनाव्हायरसबद्दल थोडी माहिती पसरू लागली. सर्वांना काळजी घेण्यास सांगितले गेले. गरम पाणी प्या. निरोगी रहा. मास्क घाला, इत्यादी. सुरुवातीला आम्ही गंभीर नव्हतो, पण हळूहळू, जेव्हा प्रकरणे वाढू लागली, तेव्हा आम्ही मास्क आणि सॅनिटायझर्स विकत घेतले. आम्ही आमच्या मुलीला डे केअरमध्ये ठेवणे थांबवले. माझे लाईव्ह फिजिकल क्लासेस अजूनही चालू होते. कारण दोन विद्यार्थी होते ज्यांचा कोर्स कंटेंट अपूर्ण होता. काही दिवसांपूर्वी मला घशात दुखू लागले होते. अनेक औषधोपचार करूनही ते बरे होत नव्हते. माझा आवाज खरखरीत झाला होता . माझ्या यूएस विद्यार्थीनीचे ऑनलाईन क्लासेस चालूच होते. तिने मला सांगितले की तेथे ते घराबाहेर निघत नाहीत आणि तिथे कर्फ्यू आहे. प्रतिकारशक्ती वाढवण्यासाठी काही आयुर्वेदिक औषधे घेतली. लवकरच, भारतात, २२ मार्च २०२० रोजी जनता कर्फ्यू जाहीर झाला.

आणि पुढील २ ते ३ दिवसांत, २१ दिवसांसाठी संपूर्ण लॉकडाऊन जाहीर करण्यात आले. आम्हाला सकाळी ११:०० पर्यंत भाजीपाला, किराणा किंवा औषधे खरेदी करण्यासाठी बाहेर जाण्याची परवानगी होती. डॉक्टर नेहमीप्रमाणे उपलब्ध होते. त्याशिवाय इतर सर्व दुकाने बंद होती.मी माझ्या विद्यार्थ्यांना संदेश पाठवला कि पुढचा संदेश येईपर्यंत क्लास होणार नाहीत . एके दिवशी सकाळी, माझ्या वडिलांनी देखील कॉल केला आणि आमच्या आरोग्याबद्दल विचारले आणि सरकारने दिलेल्या सूचनांचे पालन करण्यास सांगितले.

मी थोडा चिंतित होतो कारण आता घरी क्लासेस होणार नव्हते. पण मला माहिती होती की मी ऑनलाईन क्लासेस घेऊ शकतो. पुन्हा, येथे एक मोठे आव्हान

होते, पण मी घरात क्लासेस घेत असे आणि प्रत्येकाला वैयक्तिकरित्या शिकवत असे. प्रत्येकचा फ्लो वेग वेगळा होता. आता, लोक समूहात असतील तर मी हा मॉडेल कसा फॉलो करू? हे एक मोठे आव्हान होते. पण मी तरीही माझ्या विद्यार्थ्यांना एक संदेश प्रसारित केला आणि माझ्या सोशल मीडिया नेटवर्कवर मी ऑनलाइन क्लासेस घेणार आहे हि बातमी टाकली . त्या सर्क्युलेशनमधून काही लीड्स मिळाले. पण तरीही, मी एका वेळी एकच व्यक्ती शिकवू शकलो. कारण लीड्स कमी होत्या आणि प्रत्येकजण वेगवेगळ्या वेळेत उपलब्ध होते , मला त्यांच्या सोयीच्या वेळेस क्लासेस घ्यावे लागले. मी अशा प्रकारे सुमारे पाच लोकांना शिकवले. पण तरीही, उत्पन्नाची रक्कम खूपच कमी झाली होती. आणि मी आर्थिक आव्हानांचा सामना करायला लागलो. हे कसे सुधरवावे हे मला काहीच समजत नव्हते.

एका दिवशी, माझा एक मित्र, चैतन्य कलवडे ( अहमदनगरच्या एका अभियांत्रिकी कॉलेजमध्ये प्राध्यापक) त्याने मला फोन केला आणि विचारले की, आमच्या कॉलेजसाठी तुम्ही एक वेबिनार घ्यायला तयार आहात का. त्याबद्दल विचार केला, आणि मग मी हो म्हणालो. अंदाजे १०० ते १५० लोकांसाठी हा प्लॅन होता. मला सॉफ्टवेअर टेस्टिंगवर प्रशिक्षण घ्यायचे होते. चैतन्यने एक गुगल फॉर्म तयार केला आणि नोंदणीसाठी प्रसारित केला. हळूहळू, तो फॉर्म वेगवेगळ्या कॉलेजांमध्ये देखील वितरित करण्यात आला. आता, आम्ही अंदाजे १५० विद्यार्थ्यांची तयारी करत होतो. आम्हाला ८०० पेक्षा जास्त नोंदणी मिळाली. आता, मी वापरत असलेल्या ऑनलाइन ॲप्लिकेशन सॉफ्टवेअरची क्षमता फक्त १५० सहभागींची होती. ८०० नोंदणीसाठी ऑनलाईन सत्र कसे घ्यावे? त्या ऑनलाइन वेबिनार सॉफ्टवेअरचा उच्च पॅकेज घेणे माझ्या परवडणारे नव्हते. आम्ही YouTube वर लाईव्ह सत्र घेण्याचा निर्णय घेतला. आता, पुन्हा YouTube वर स्क्रीन कसे शेअर करावे. मग, मी ओपन-सोर्स सॉफ्टवेअर OBS स्टुडिओ शोधले. आणि मग आम्ही सर्व तयार झालो. मी एक PPT डिझाइन केली, जी दोन-दिवसांची कार्यशाळा होती, प्रत्येक दिवशी, सुमारे २ ते ३ तास. माझ्यासाठी अशा मोठ्या समूहासाठी ऑनलाइन वर्ग घेण्याचा हा पहिला अनुभव होता. प्रत्येक दिवशी, एक प्रश्नोत्तरे सत्र होते. अनेक लोकांनी मला लाइव्ह चॅटमध्ये प्रश्न विचारले, आणि मी त्यांना उत्तर देत राहिलो. मला या सत्रातील विद्यार्थ्यांकडून आणि कॉलेजच्या स्टाफकडून छान फीडबॅक मिळाला. यामुळे मला ऑनलाईन वर्ग घेण्यासाठी एक छान उर्जा आणि आत्मविश्वास मिळाला. सुरुवातीला, मला इंग्रजीत बोलण्यास थोडी अडचण वाटत होती. पण या

कार्यशाळेने मला तो आत्मविश्वास मिळवण्यास मदत केली. त्यानंतर, मला दुसऱ्या कॉलेजमधून कार्यशाळा घेण्याचे आणखी एक आमंत्रण मिळाले. कारण माझे ppt तयार होते, मी हे कोणत्याही अडचणीशिवाय हि कार्यशाळा घेऊ शकलो . आता, मी समूह प्रशिक्षणासाठी माझा कोर्स डिझाइन करण्यास तयार होतो. मी एक वर्षासाठी डिजिटल मार्केटिंग सदस्यता खरेदी केली . मी माझे काही व्हिडिओ तयार केले आणि Facebook वर काही पेड अॅड्स चालवल्या. मी दोन फ्री डेमो क्लासेस घ्यायचो. आणि त्यानंतर, मी माझा ३ महिन्यांचा कार्यक्रम प्रस्तावित करायचो. यावेळी, मला एका बॅचसाठी तीन ते चार लोक मिळू लागले. पण तरीही, निव्वळ नफा अपेक्षेप्रमाणे नव्हता कारण Facebook अॅड्समध्ये माझी गुंतवणूक होती. मी माझ्या दुसऱ्या पुस्तकाचे लेखन करण्याचा विचार करीत होतो. मग, मला पुस्तक लेखनावर ऑन लाईन कार्यशाळा आढळली. ही कार्यशाळा फक्त २९९/- रुपयांसाठी होती. त्या प्रशिक्षक माझ्या कॉलेज सिनीयर होत्या. तिने मला कार्यशाळेत ओळखले. या कार्यशाळेने मला माझे पुस्तक डिझाइन करण्यास मदत केली, आणि मी तिचे काही कोर्सेसही विकत घेतले, ज्याने मला माझ्या पुस्तकाची रूपरेखा, संपादन टेम्पलेट्स आणि पुस्तक ऑनलाइन प्रकाशित कसे करावे याबद्दल मदत केली.

जेव्हा मी ही कार्यशाळा पूर्ण केली, तेव्हा मला ती खूप आवडली. दररोज, आम्हाला काही कार्ये दिली गेली. आणि शेवटी, सर्व कार्ये पूर्ण करणाऱ्यांसाठी काही बक्षीस होते. मला हा आकर्षक नमुना आवडला. मग मी विचार केला, आपणही आपली कार्यशाळा अशीच का तयार करू नये? मी ऑटोमेशन टेस्टिंग कार्यशाळा डिझाइन करण्याचे नियोजन सुरू केले. यामध्ये, मी मॅन्युअल टेस्टिंगमधून ऑटोमेशनमध्ये स्विच करण्याचा प्रयत्न करणार्या लोकांना काही ज्ञान देण्याचे ठरवले. मी देखील समजून घेतले की जर ही कार्यशाळा घ्या साठी जर विद्यार्थ्यांनी मला २००-३०० रुपये दिले असेल तर माझा Facebook खर्च वसूल होऊ शकतो. यावेळी, मी Facebook वर योग्यप्रकारे जाहिरात करण्यासाठी एक एजन्सी नियुक्त करण्याचा निर्णय घेतला. मी ज्यांच्या सोबत काम करत होतो त्यांना फोन केला, आणि आता माझ्याकडे त्यांची मासिक सदस्यता आहे. ती माझ्या आधीच्या सदस्यतेपेक्षा महाग होती. पण मला माहिती होते की त्यातून मिळणारे मूल्य निश्चितच जास्त असेल. त्यांनी मला माझ्या Facebook अॅड्ससाठी व्हिडिओ तयार करण्यास मदत केली. मग, जाहिरात सुरू झाली, आणि माझ्या कार्यशाळेसाठी मला खूप नोंदणी मिळाली. या कार्यशाळेत, मी बऱ्याच लोकांना, कोडिंग समजण्यासाठी संघर्ष करणाऱ्यांना आणि ऑटोमेशन

टेस्टिंगमध्ये येऊ इच्छिणाऱ्या लोकांना छान शिकवले . या कार्यशाळेत, मी माझ्या ३ महिन्यांच्या ऑटोमेशन टेस्टिंग कार्यक्रमाचा प्रचार देखील सुरू केला. माझी पत्नी वैशाली विद्यार्थ्यांसोबत संपर्क ठेवण्यात माझी मदत केली. आम्हाला अविश्वसनीय परिणाम मिळाले.

आता, मी माझ्या एजन्सीची सोबत माझे सर्व क्रेडिट कार्ड बिलही भरू शकत होतो. आणि आता मी पूर्णपणे कर्जमुक्त झालो होतो.

नंतर, आम्ही सध्याच्या अपार्टमेंट फ्लॅटमधून दुसऱ्या ठिकाणी नर्हे (पुणे) मध्ये शिफ्ट झालो. हा फ्लॅट सोडणे माझ्यासाठी वेदनादायक होते कारण या अपार्टमेंट फ्लॅटच्या छान आठवणी होत्या. हा फ्लॅट सोडल्याचे माझ्या मनाला समजायला खूप वेळ लागला. आमच्या नवीन निवासस्थानाजवळ, माझे मेहुणे नितीन सर, राहत होते. ते जावा प्रोग्रामिंगसाठी कॉर्पोरेट ट्रेनर आहे. त्यामुळे, थोडा आनंदही होता.

आमची मुलगी आता मोठी झाली होती. आणि आम्ही तिला नर्हे (पुणे) येथील आमच्या नवीन निवासस्थानाजवळील एका शाळेत प्रवेश घेतला.

# 16

# विकसनशील मानसिकता - अंतर्गत शक्तीला सक्षम करा

माझ्या एका गुरूंनी एकदा सांगितलं होतं की एक दिवस असा येईल जेव्हा तुझ्याकडे सर्व काही असेल. त्या दिवशी, जर तुला कोणाची मदत करता येईल, तर कृपया ती कर.प्रथम मी ते पूर्णपणे समजू शकलो नाही. परंतु माझ्या आणखी एका गुरूंनी हे अगदी स्पष्टपणे सांगितलं. देवाला तुझा व्यावसायिक भागीदार बनव. तू त्याच्या कार्याची जबाबदारी घे, आणि तो तुझ्या व्यवसायाची आणि आरोग्याची जबाबदारी घेईल. माझ्या आवडत्या गुरूंपैकी एक, स्नेह देसाई, नेहमी म्हणतात, "कुदरत देती नाही, लोटाती है ". (निसर्ग काही देत नाही; तुम्ही जे निसर्गाला दिले आहे त्याची तो परतफेड करतो .) आणि मी ऐकलेल्या जवळपास सर्व प्रमुख आणि यशस्वी लोकांमध्ये एक गोष्ट वारंवार दिसते ती म्हणजे समाजात काहीतरी योगदान देणे . आणि हे खरं आहे. जर तू निसर्गाला साथ देण्यास सुरुवात केलीस, तर निसर्ग तुला साथ देण्यास सुरुवात करतो. मी माझे पहिले दान माझ्या मार्केटिंग एजन्सीच्या मालकाने, शेअर केलेल्या एका फंडरेझरला केले. त्यानंतर, मी आणखी एका फंडरेझरला दान केले, जो माझ्या मित्राने शेअर केला होता . मग नंतर मला विचार आला, आपल्याला हे सुयोग्य आणि योजनाबद्ध रीतीने करू . मग मी ठरवलं की प्रत्येक नवीन ॲडमिशन च्या फीस मधली एक ठराविक रक्कम यासाठी वापरायची. जेव्हा तूम्ही काही चांगले करण्यास ठरवतात

, तेव्हा त्याच्याशी संबंधित गोष्टी तुमच्या समोर यदिसायाला लागतात . मला फोनपे (भारतामध्ये वापरले जाणारे एक UPI ट्रांझॅक्शन ॲप ) मध्ये एक दानाचा पर्याय सापडला. तिथे अनेक संस्थांना दान करता येते. मी एक संस्था निवडली आणि प्रत्येक ॲडमिशन मधली एक ठराविक रक्कम दान करायला सुरुवात केली . एक दिवस, मी घरी बसलो होतो आणि माझ्या घराचा बेल वाजला. मी दरवाजा उघडला, आणि जमखेडमधील एका एनजीओ चा एक व्यक्ती दारात उभा होता . जमखेड अहमदनगर जिल्ह्यातील एक छोटे गाव आहे. माझे वडील तिथे उप अभियंता म्हणून काम करत होते . त्याने त्याच्या एनजीओ बद्दल सांगितलं, प्रमाणपत्रे आणि चित्रे दाखवली, आणि वेबसाइटची माहिती दिली. या दिवसाआधी, मी कधीही अशा व्यक्तींना तितकस महत्त्व दिल नव्हती, पण त्या दिवशी मी दान केलं. नंतर तो गेला. मग अचानक मला आठवलं की एक दिवस आधी एक ॲडमिशन झाले होते , आणि मी फोनपे वर दान करायला विसरलो होतो. आता मला जाणवलं की ही त्या वरच्या शक्ती सोबतची भागीदारी निश्चित झाली आहे.मी जरी विसरलो तरी तो मला आठवण करून देण्यासाठी एक मार्ग शोधेल. यामुळे माझ्या पुढील प्रवासात एक अप्रतिम बदल झाला.

मी जे काही साध्य केले ते वेगवेगळ्या प्रशिक्षकांकडून घेतलेल्या प्रशिक्षणामुळे होते.काही काळापासून, मी स्नेह देसाई सरांचे काही व्हिडिओ पाहत होतो . मला हे कळले होते कि ते आकर्षणाचं सिद्धांत ,यश आणि पैशाबद्दलच्या विज्ञान बद्दल व्याख्याने आणि कार्यशाळा घेतात . मला हे ज्ञान हवे होते. कोरोना महामारीच्या अनेक प्रशिक्षकांनी त्यांच्या कार्यशाळा ऑन लाईन ग्यायला सुरवात केली होती . आणि महामारीनंतरही, त्यांनी ऑनलाइन सत्रे घेणे सुरूच ठेवले. कारण ऑनलाइन सत्रांद्वारे, तुम्ही अधिक लोकांपर्यंत पोहोचू शकता. मी स्नेह देसाई साराच्या वेबसाइटची तपासणी करण्याचा प्रयत्न केला, परंतु मला कोणत्याही कोर्समध्ये प्रवेश घेण्यासाठी काहीच सापडले नाही. परंतु मग सोशल मीडियावर एक जाहिरात आली ज्यात त्यांचे माइंड पॉवर वर्कशोप होते . मी त्यासाठी नोंदणी केली. आणि आपल्या अवचेतन मनाचे कार्य कसे चालते याबद्दल शिकलो. आपण जे काही बोलतो आणि ज्या आपल्या कृती असतात, आपल्या अवचेतन मन त्यांना आज्ञा स्वीकारते . उदाहरणार्थ, जर तुम्ही तुमच्या अवचेतन मनाला सकारात्मक सूचना दिल्या की तुम्हाला हे साध्य करायचे आहे, तर तुमचे मन ते साध्य करण्याचे विविध मार्ग शोधते. सामान्यत: आपण याच्या अगदी उलट करतो, जाणूनबुजून किंवा नकळत. आपण आपल्याला नकारात्मक

सूचना देत राहतो किंवा आपण ज्या बाह्य वातावरणात वाढतो ते देखील नकळत अनेक नकारात्मक सूचना देतात. त्यामुळे, या कार्यशाळेत मी नकारात्मक सूचना देणे थांबवण्यास शिकले आणि सर्वकाही सकारात्मक बोलण्यास सुरुवात केली.

त्यानंतर, मला त्यांची आणखी एक कार्यशाळा आली ज्याची मी आतुरतेने वाट पाहत होतो. 'यश आणि पैश्याचे विज्ञान' हि कार्यशाळा होती. ती माझ्यासाठी डोळे उघडणारी होती. या कार्यशाळेत मी शिकलेली महत्त्वाची गोष्टी पुढीलप्रमाणे : लहानपणापासून आपण चित्रपट पाहत आलो आहोत ज्यामध्ये आपण पाहिले आहे की नायक गरीब असतो आणि खलनायक श्रीमंत असतो. नायक चांगल्या कृती करतो. आम्हाला नायक खूप आवडतो. आपली नायकाशी सहजपने सहानुभूती जुळते . यावरून आपली हीच धारणा होते कि पैसे नसले तरी चालतील पण माणूस चांगला असला पाहिजे . याच्या उलट, खलनायक चुकीचा माणूस असतो जो श्रीमंत असतो आणि त्याने चुकीच्या मार्गाने पैसे कमावलेले असतात. यामुळे श्रीमंत लोक वाईट असतात त्यातील बहुतेकांनी काहीतरी चुकीचे करून पैसे कमवले असतात असा आपला समाज होतो . पालक पैश्याविषयी चर्चा करत असताना, ते मुलांना दूर ठेवतात. ते नेहमी म्हणतात की तु काळजी करू नको; आम्ही सर्वकाही सांभाळू. नंतर, हा मुलगा जो घरातील पैसे व्यवस्थापनात कधीच सामील नव्हता,जेव्हा तो आपले शिक्षण पूर्ण करतो, तेव्हा त्याचे पालक म्हणतात एवढा मोठा झाला आणि अजून याला पैसे कमवायची अक्कल नाही.

येथे मुद्दा असा आहे की पैसा वाईट गोष्ट नाही. खूप वर्षांपूर्वी, वस्तु विनिमय प्रणाली होती, तेव्हा आपण एक प्रकारचे धान्य देऊन दुसरे धान्य घ्यायचो . म्हणजेच जेव्हा कोणी आपल्याला काही मूल्य देतो, तेव्हा त्याच्या बदल्यात आपण काहीतर देतो. नंतर चलनाची संकल्पना आली. आज, जेव्हा आपल्याला काही मूल्यवन गोष्ट मिळते , तेव्हा त्यासाठी आपण काही पैसे देतो. ती मूल्यवन गोष्ट भौतिक वस्तू असू शकते , किंवा एखादी सेवा असू शकते . आम्ही नेहमी म्हणतो की आम्हाला मोठे पैसे नकोत. जगायला आणि थोडेफार लक्झरीसाठी असले तरी ठीक आहे. पण खूप जास्त पैश्याचे काय करायचे? पैसा आनंद खरेदी करू शकत नाही. पैसा सर्व काही नाही.

जर तुमचा प्रिय मित्र किंवा प्रेमी तुमच्यासमोर असेल आणि तुम्ही सतत सांगत असाल की तु मला जास्त प्रमाणात नको आहेस , तुम्ही थोड्या वेळासाठी असलात तरी ठीक आहे. मी तुमच्या अस्तित्वाने मी आनंद खरेदी करू शकत नाही. तुम्ही सर्व काही नाही. मग तुमचा मित्र किंवा प्रेमी तुमच्यासोबत राहायला तयार होईल का? नक्कीच नाही. हेच पैशाबद्दल सत्य आहे. हे एक मिथक आहे की

फक्त वाईट लोकच पैसे कमवतात किंवा जे कोणी पैसे कमावतात त्यांनी काहीतरी चुकीचे केले असेल. अनेक लोक त्यांचे कौशल्य वापरून आणि योग्य गोष्टी करून पैसे कमावतात. दुसरे मिथकआहे की पैसे गोळा करण्यास सुरुवात केली तर मी लोभी होईन. नाही, पैसा फक्त एक साधन आहे. जर तुम्हाला वाटत असेल की तुम्ही चांगले व्यक्ती आहात, तर तुम्ही पैसे चांगल्या गोष्टींमध्येच गुंतवाल. पैसा फक्त एक साधन आहे.जेव्हा तुम्ही कोणाला काही मूल्य देतात, तेव्हा पैसे तुमच्याकडे येतात. जितके जास्त मूल्य तुम्ही देता, तितकेच पैसे तुमच्याकडे येतील. त्यामुळे, मूल्य देण्यासाठी, तुम्हाला तुमच्या कौशल्ये वाढवावी लागतील. जर तुम्ही नोकरी करत असाल, तर तुम्हाला प्रमोशन फक्त तेव्हाच मिळेल जेव्हा तुम्ही अधिक कौशल्य मिळवता आणि कंपनीला अधिक मूल्य देता. जर तुम्ही एखादा उत्पादन विकत असाल, तर त्या उत्पादनाने ग्राहकाला काय मूल्य दिले आहे हे ठरवते की त्या उत्पादनाने किती पैसे कमावले आहेत.

पैश्याचे काही नियम आहेत ते खालील प्रमाणे

**पैशाला कृती आवडते :** पैसा त्या लोकांकडे जातो जे काहीतरी अंमलात आणण्यासाठी कृती करतात. कृती करणारेच पैसे कमावतात. कोणतीही आयडिया काम करणार नाही जोपर्यंत तुम्ही त्यावर काम करत नाही. समजा तुम्हाला अधिक पैसे मिळवण्यासाठी नोकरी बदलायची आहे, तर तुम्हाला तुमची कौशल्ये वाढवावी लागतील. जर तुम्ही फक्त विचार करत राहिलात की तुम्हाला दुसरी नोकरी मिळवयची आहे आणि अधिक पैसे मिळवायचे आहेत, तर पैसे तुमच्याकडे स्वतःहून येणार नाहीत. ते फक्त तेव्हाच येतील जेव्हा तुम्ही तुमची कौशल्ये वाढवण्यासाठी आणि दुसऱ्या नोकरी अर्ज करण्यासाठी कृती कराल. जर तुमच्याकडे व्यावसायिक आयडिया असेल, तर विचार करणे पैसे आकर्षित करणार नाही, तुम्हाला ते अंमलात आणण्यासाठी कृती करावी लागेल. म्हणून, पैशाला कृती आवडते

**पैशाला वेग आवडतोः** तुम्ही जितके जलद कृती कराल, तितके जलद पैसे तुमच्याकडे येतील. तुम्ही नोकरी बदलायचे ठरवले असो किंवा नवीन व्यवसाय सुरू करायचा असो, तुम्ही जितके वेगाने कृती कराल, तितके जलद अंमलबजावणी पूर्ण होईल आणि पैसे लवकर येतील.

**पैशाला ऊर्जा आवडतेः** तुमच्या कृतींमध्ये ऊर्जा असेल तर तुम्हाला त्याचे परिणाम तसेच मिळतील. तुम्ही तुमच्या अंमलबजावणीमध्ये जितकी अधिक ऊर्जा घालाल तितकेच अधिक पैसे येतील.

**पैशाला त्याच्यावर लक्ष असलेले आवडते :** हा मुद्दा खूप महत्वाचा आहे. तुम्हाला तुमच्या सर्व बँक खाती, तुमच्या क्रेडिट कार्ड बिल, तुमचे कर्ज आणि तुमचे उत्पन्न यावर लक्ष ठेवावे लागेल. तुम्हाला तुमच्या खिशात किती पैसे आहेत हे माहित असले पाहिजे. आणि तुमच्या बँक खात्यात किती पैसे आहेत? तुम्हाला किती कर्ज आहे, किती कमी झाले आहे.

या कार्यशाळेनंतर, माझ्या विचारसरणीला आणखी एक अपग्रेड मिळाले आहे. डिसेंबर २०२१ मध्ये, माझ्या मुलीचा वाढदिवस होता. या वर्षी, आम्ही काही एनजीओंना अन्नदान करण्याचे ठरवले. आम्ही काही एनजीओ गूगल केले, आणि वैशालीने त्यांच्याशी फोनवर बोलले. आमच्या घराजवळ एक एनजीओ सापडला. आम्ही तिथे पहिले भेट दिली आणि सांगितले की आम्हाला एक दिवसाचे जेवण दान करायचे आहे आणि आमच्या मुलीचा वाढदिवस साजरा करायचा आहे. त्यांनी आम्हाला विशेष जेवणाचा खर्च सांगितला. मग तिच्या वाढदिवसाच्या दिवशी आम्ही तिथे गेलो आणि तिचा वाढदिवस तिथे साजरा केला. तिथली मुलं आनंदी झाले आणि त्यांनी आम्हाला खूप आशीर्वाद दिले.

मग, मी स्नेह सरांच्या आणखी एका कार्यशाळेत सहभागी झालो, ज्यात उद्दिष्ट निर्धारणाची चर्चा झाली. माझे पुढचे उद्दिष्ट कार खरेदी करणे होते. उद्दिष्ट निर्धारणाच्या शिकवणीप्रमाणे, मला एक तारीख निवडावी लागली. तुमचे उद्दिष्ट निर्धारित करताना, ती तारीख निश्चित करा, कोणतीही भावनिक तारीख. ती तुमची वाढदिवस, लग्नाचा वाढदिवस, आईवडिलांचा वाढदिवस, पत्नीचा वाढदिवस किंवा कोणत्याही मित्राचा वाढदिवस असू शकते. या तारखा आठवणीत राहतात. पण जेव्हा तुम्ही म्हणता की पुढील वर्षी हे करणार, तेव्हा वर्ष एका पिंजऱ्यात अडकते, म्हणजेच सहा महिन्यानंतरही तुम्ही म्हणता एका वर्षात मी हे करिन . मग मी ठरवले की मी हे 2 वर्षांत करणार. त्यामुळे, मी कार मिळवण्याची तारीख 5 सप्टेंबर 2023 हि निर्धारित केली.

याच कार्यशाळेत मी शिकलो की तुमची उद्दिष्टे आणि त्यासाठीची कालमर्यादा अर्ध्या वेळात पूर्ण करा. तुम्ही विशिष्ट कार्यासाठी एक निश्चित कालावधी सेट करता, त्यानुसार तुमचे अवचेतन मन तुम्हाला ते त्या कालावधीत पूर्ण करण्यासाठी मार्ग दाखवते, आणि तुम्ही कृती करत असाल तर ते साध्य होऊ शकते. म्हणून मी तारीख ठरवली , माझ्या आधीच्या वाढदिवसावर, जी ५ सप्टेंबर २०२२ आहे. मग मी एका कारचे चित्र शोधले, त्याचे प्रिंटआउट काढले, आणि ज्या ठिकाणी मी नियमितपणे काम करतो त्या ठिकाणी ठेवले. दररोज, मी त्या कारकडे पाहत होतो. एक दिवस, नितीन सर, घरी आले आणि त्यांनी ते पाहिले,

आणि म्हणाले की कोणतीही सामान्य कार नको. आपण योग्य आणि चांगली कार घेऊया. मग मी कोणती कार खरेदी करावी याचा विचार सुरू केला, आणि त्यांनी सुझवले की टाटा टिगॉर घ्यावी. मी म्हटलो ठीक आहे. नितीन सर नियमितपणे मला भेटायला येत होते कारण ते माझ्या घर जवळ राहता होते. एकदा आम्ही कारची चौकशी करायचे ठरवले.

आम्ही पुण्यातल्या एका टाटा शोरूममध्ये गेलो आणि त्याचे तपशील जाणून घेतले. आम्ही कार पाहिली आणि त्याचे टेस्ट ड्राईव्ह केले. मी त्या कारला पाहिले आणि त्याच्या सर्व वैशिष्ट्ये समजून घेतली. शेवटी, आम्ही त्याच्या किंमतीवर चर्चा केली, आणि एक मॉडेल निवडले. तिथे आम्हाला समजले की बुकिंग रक्कम फक्त 10000/- रुपये आहे. कर्ज विभागातील कोणीतरी म्हणाले की जर तुम्ही हि कागदपत्रे आणल्यास, आम्ही जलद कर्ज मंजूर करू शकतो.

मला कागदपत्रांच्या यादीबद्दल समजल्यावर मी खूप आनंदित झालो कारण ती सर्व कागदपत्रे माझ्याकडे तयार होती. मी घरी परतलो आणि माझ्या पत्नीशी याबद्दल बोललो. आम्ही खूप उत्साहित झालो. मग दुसऱ्या दिवशी आम्ही शोरूममध्ये गेलो आणि बुकिंग रक्कम भरली. आम्ही आमच्या पालकांना फोन केला, आणि माझे आईवडील खूप आनंदित झाले. दुसऱ्या दिवशी, मी माझ्या आजीला फोन केला . पण मी काहीही सांगण्याआधी, तिनेच सांगितले कि मला एक गॉड बातमी कळली आहे कि तू कर बुक केली आहेस . ही बातमी ऐकून ती सर्वात आनंदी झालेली व्यक्ती होती. तिने मला भविष्यासाठी खूप आशीर्वाद दिला. ती माझ्या प्रगतीला पाहून खूप आनंदित झाली. त्याचवेळी, तिने त्या फोन कॉलमध्ये तिने सांगितले की जेव्हा कार येईल , तेव्हा काळजीपूर्वक चालव आणि जास्त वेगाने चालवू नको . काही दिवसांत, माझा कर्ज अर्ज प्रक्रियेत आला आणि माझा कर्ज अर्ज मंजूर झाला. माझ्या चार्टर्ड अकाउंटंटमुळे, माझी आयटी रिटर्न व्यवस्थित फाइल झाली होती, आणि माझ्याकडे योग्य कागदपत्रे होती.

14 मार्च 2022 रोजी कार बुक केली, आणि संभाव्य वितरण तारीख तीन महिन्यांनंतर होती. माझे क्लास व्यवस्थित सुरू होते. मला कार चालवता येत नव्हती, त्यामुळे मी ड्रायव्हिंग क्लास लावला. आमच्या घरात माझ्या ११ वीपासूनच कार होती. पण मी कधीही शिकण्याचा प्रयत्न केला नाही. कधी कधी माझे मित्र त्याबद्दल माझी मस्करी करत असत. तुझ्या घरी कार आहे, पण तरीही तुला चालवता येत नाही. मग मी म्हणायचो की एकदा माझी कार आली की मी शिकेन. माझा चुलत भाऊ रोहितही पुण्यात राहतो. लॉकडाऊन नंतर, आम्ही नियमितपणे एकत्र येऊ लागलो. तोही एका आयटी कंपनीमध्ये विक्री

विभागात काम करतो. त्याच्या उत्कृष्ट विक्री कौशल्ये आणि संवाद कौशल्ये आहेत. त्यामुळे, लॉकडाऊन नंतर जेव्हा जेव्हा आम्ही भेटलो, तेव्हा आम्ही व्यवसायाबद्दल चर्चा करायचो. प्रत्येक वर्षी हनुमान जयंतीला, आम्ही कोळगावमध्ये एक जत्रा असायची. माझ्या बालपणात, हा दिवस खूप आनंददायक होता. कारण खूप खेळणी आम्हाला खरेदी करता येत होती. जत्राएका मैदानावर भरायची जे एका डोंगराच्या खाली आहे. डोंगराच्या शिखरावर कोळाइ देवीचे मंदिर आहे. मी कार बुक केल्यानंतर, पुढचा महिना एप्रिल होता. या वर्षी, हनुमान जयंती शनिवार (१६ एप्रिल २०२२) रोजी होती. त्या दिवशी माझे क्लास नव्हते, आणि रोहितही मोकळा होता, त्यामुळे आम्ही कोळगावला जाण्याचे ठरवले आणि मंदिरात गेलो. आम्ही माझ्या आजीच्या घरीही गेलो आणि तिला भेटलो. त्या वेळी नितीन सरही तिथे होते. नंतर माझा लहान भाऊही आला. तो दिवस खूप आनंददायक होता. आम्ही एकत्र स्वयंपाक केला, आणि त्या दिवशी खूप आनंददायक वेळ घालवला. माझी आजी सर्वांना एकत्र पाहून खूप आनंदित झाली. नंतर संध्याकाळी परतलो.

रोहितही कारच्या फॉलो-अपमध्ये मला मदत करत होता.या महिन्यात २४ एप्रिल २०२२ रोजी त्याला मुलगा झाला. कुटुंबातील सर्वजण आनंदी होते, विशेषतः आमच्या आजी. पुढील आठवड्यात, ३० एप्रिल २०२२ रोजी, शनिवार होता. माझ्या मुलीच्या शाळेत एक मीटिंग होती जिथे मुलांना परवानगी नव्हती, त्यामुळे मी वैशालीला मीटिंगला जाण्यास सांगितले, आणि मी घरी राहिलो. मला माझ्या लहान भावाचा फोन आला. तो म्हणाला, "आजीला हृदयविकाराचा झटका आला, आणि ती गेली." मला मोठा धक्का बसला. मग मी वैशालीला फोन केला आणि तिला लवकर येण्यास सांगितले, पण मी तिला काहीही सांगितले नाही. जेव्हा ती येण्यास जास्त वेळ घेत होती, तेव्हा मी पुन्हा फोन केला, आणि यावेळी तिला सांगितले की आजी गेली. तिलाही धक्का बसला, आणि ती लवकरच परत आली. मग मी रोहित आणि नितीन सरांना फोन केला. आम्ही नियोजन केले, आणि कोलगावला निघालो. तिथे पोहोचायला सुमारे 3 तास लागले. सर्व नातेवाईक जमा झाले होते. मी माझ्या आजीला पाहिले, आणि मनात विचार आला की, 'मला तुला माझ्या कारमध्ये घेऊन एकदा फिरवून आणायचे होते' . ती एकमेव व्यक्ती होती जी आयुष्यभर माझे कौतुक करत राहिली. जेव्हा कधी मी संकटात असे, मग ते कमी गुणांमुळे असो किंवा जेव्हा मी लग्न केले होते तेव्हा. तिने मला खूप आधार दिला. तिच्या असंख्य आठवणी आहेत. माझ्या बालपणात, जेव्हा मी तिथे जात असे, ती मला विविध गोष्टी सांगायची. वैशाली आमच्या कुटुंबात एक नवीन

व्यक्ती होती, पण तरीही वैशालीनेही तिच्यासोबत असंख्य आठवणी बनवल्या. सर्व विधी पूर्ण झाल्यानंतर तिथे एक दिवस थांबलो. नंतर एका आठवड्यात जलदान विधी पूर्ण झाली.

मी पुण्यात परतलो तेव्हा खूप दुखी होतो. सुमारे एक आठवडा मी काम करू शकलो नाही. एक दिवस, मी तळजाई मंदिरात गेलो. येथे एक वन उद्यान आहे. मी इथे वारंवार येतो. त्या दिवशी, काही लोक मंदिराजवळ एक प्रकारची ध्यान साधना करत होते . त्यांनी मला तिथे बोलावले, आणि आम्ही 10 मिनिटे ध्यान केले. त्या ध्यानानंतर, मी बाळासारखा रडू लागलो. त्या दिवशी, माझ्या आजीने माझ्या स्वप्नात येऊन सांगितले की जे काही झाले ते आता भूतकाळ आहे, त्यामुळे पुढे जा आणि कोणत्याही कारणास्तव तुझे काम थांबवू नको. तुझा जन्म अनेक मोठ्या गोष्टी करण्यासाठी झाला आहे. याने मला थोडे बरे वाटले यानंतर मी माझा पुढचा प्रवास चालू ठेवला .

तीन महिन्यांच्या पूर्णतेनंतर, आणि रोहितच्या मदतीने नियमित फॉलो-अप घेऊ , मला माझी नवीन कार मिळाली. मी आनंदी होतो, पण आम्ही सर्वजण माझ्या आजीला मिस करत होतो. मी संस्कृतमध्ये काही ओळी लिहिल्या आहेत, ज्यात माझ्या कथेचे सार आहे; खरं तर, ती सर्वांचीच कथा आहे. कारण जेव्हा तुम्ही काहीतरी महान साध्य करता, तेव्हा तुम्ही त्याच प्रक्रियेतून जात असता.

अहं बहुवारं पतितः, अद्यापि पुनः पुनः उत्थाय।
सर्वेषां विषमतानां विरुद्धं युद्धं कृत्वा
अचिन्तित प्रदेशानां अन्वेषणं कुर्वन् ।
पतनकालः, वस्तुतः क्षितिजात्
परं किमपि, प्राप्तुं प्रशिक्षणम् ।
एकः नूतनः युगः अधुना एव, आरब्धः ।

अर्थ: मी अनेक अपयशी झालो आणि तरीही पुन्हा पुन्हा उभा राहिलो. मी सर्व अडचणींविरुद्ध लढलो आणि अज्ञात प्रदेशात काहीतरी नवीन असं शोधत राहिलो.अपयशाचा हा काळ काहीतरी अविश्वसनीय साध्य करण्यासाठीची प्रशिक्षणाची वेळ होती. आता एका नवीन युगाची सुरुवात झाली आहे.

# 17

# अंतिम संदेश

जेव्हा मी माझ्या भूतकाळाचा विचार करतो, तेव्हा मला आश्चर्य वाटते की जेव्हा मी अपयशी ठरलो किंवा अडकलो माझ्यासोबत असं का घडलं . पण आता, मला कळते की जेव्हा आपली योजना काम करत नाहीत, तेव्हा उच्च शक्तीने आपल्यासाठी काहीतरी चांगले नियोजित केले असते . म्हणून, अपयशाला घाबरू नका; त्यांना मौल्यवान अनुभव म्हणून स्वीकारा. जेव्हा तुम्ही अपयशी ठरता, तेव्हा तुम्ही शिकता आणि तुमची वैचारिक वाढ होते .तुम्ही मोठी उद्दिष्टे ठेवा आणि त्यांना वैयक्तिक लाभापर्यंत मर्यादित ठेऊ नका. निसर्ग भरभराटीचा आहे आणि जर आपण योग्य मार्गाने योग्यता मेहनत घेतली तर तो आपल्याला भरभरून देतो. लक्षात ठेवा, तुमच्यावर मुलगा/ मुलगी, आई/वडील म्हणून आणि समाजाचे सदस्य म्हणून काही जबाबदाऱ्या आहेत. त्या जबाबदाऱ्या जितक्या लवकर पूर्ण करा कारण वेळ मर्यादित आहे. तुम्ही इथे अपघाताने नाही आला; तुमच्या जीवनाचा एक उद्देश आहे. त्या उद्देशाचा शोध घ्या . देवाने तुम्हाला विशाल संधी दिल्या आहेत, त्यामुळे छोट्या यशासाठी समाधान मानू नका. भरपूर कमवा आणि , निसर्गाची परतफेड करा . शेवटी, मी तुम्हाला एक अंतिम संदेश देऊ इच्छितो की फक्त स्वतःसाठी कठोर परिश्रम करणे आणि पैसे कमवणे हे पूर्ण जीवन जगणे नाही. खरे जीवन म्हणजे बाहेर पडून, ज्यांना तुमच्या मदतीची गरज आहे त्यांना शोधणे आणि त्यांचे जीवन सुधारण्या साठी मदत करणे जणू तुम्ही एक स्पंज आहेत जो नकारात्मकता शोषून घेतो आणि सकारात्मक वातावरण पसरवतो . ज्या दिवशी तुम्ही कोणाच्या जीवनात सकारात्मक बदल केला हे जाणलं , आणि तुम्हाला हे कळेल कि तुमच्या मुले एक व्यक्तीने धीर सोडला नाही, तेव्हा तुम्ही खरे जीवन जगायला सुरुवात कराल.

धन्यवाद, आई (माझी आजी) माझे जीवन सुंदर आणि संस्मरणीय केल्याबद्दल.

# संपर्क

Email : amol@scriptinglogic.net
YouTube : https://youtube.com/amolujagare
instagram : https://www.instagram.com/coachamolujagare/

Made in the USA
Monee, IL
22 August 2025

24010459R00059